മലപ്പട്ടം പ്രഭാകരൻ

കണ്ണൂർ ജില്ലയിലെ മലപ്പട്ടം പഞ്ചായത്തിൽ 1950 ൽ ജനനം. അച്ഛൻ സ്വാതന്ത്ര്യ സമരസേനാനി കൂടിയായിരുന്ന പുളുക്കൂൽ കൃഷ്ണൻ. അമ്മ മാധവി. ഹൈസ്ക്കൂൾ വിദ്യാഭ്യാസത്തിനു ശേഷം കാർഷിക പഠനം. തവന്നൂർ കാർഷിക ഇൻസ്റ്റിറ്റ്യൂട്ട് വെള്ളനികര കാർഷിക കോളേജ് എന്നിവിടങ്ങളിൽ നിന്ന് കാർഷിക സാങ്കേതിക പരിജ്ഞാനം. 1976ൽ കൃഷിവകുപ്പിൽ കൃഷി ഡമോൺസ്ട്രേറ്ററായി ജോലിയിൽ പ്രവേശിച്ചു. 2005 ൽ സീനിയർ ഗ്രെയിഡ് കൃഷി അസിസ്റ്റന്റായി വിരമിച്ചു.

1980 മുതൽ കാർഷിക വിജ്ഞാനവ്യാപന രംഗത്ത് ശ്രദ്ധ പതിപ്പിച്ചു. ദേശാഭിമാനി ദിനപത്രത്തിലെ കാർഷികരംഗം സ്ഥിരമായി കൈകാര്യം ചെയ്തുവരുന്നു. മറ്റ് പത്രങ്ങളിലും ആനുകാലികങ്ങളിലും കഴിഞ്ഞ 32 വർഷമായി നിരവധി ലേഖനങ്ങൾ എഴുതിയിട്ടുണ്ട്. കൂടാതെ ചരിത്രം, ശാസ്ത്രം എന്നീ വിഷയങ്ങളിലും നിരവധി ലേഖനങ്ങൾ എഴുതിവരുന്നു.

തിരുവനന്തപുരം തിക്കുറിശി ഫൗണ്ടേഷൻ മീഡിയാ റിസർച്ച് സെന്ററിന്റെ പ്രഥമ കാർഷിക മാധ്യമ അവാർഡിന് 2010ൽ അർഹനായി. കാർഷിക വിജ്ഞാന വ്യാപനരംഗത്ത് ഇപ്പോൾ സജീവസാന്നിധ്യമായി തുടരുന്നു.

ഇരിക്കൂർ ബ്ലോക്ക് പഞ്ചായത്ത് വികസനകാര്യ സ്റ്റാന്റിങ്ങ് കമ്മറ്റി ചെയർമാൻ കൂടിയാണ്.

ഭാര്യ : ഗീത, മക്കൾ : പ്രജിത്ത്, പ്രജീഷ്, ജിഷ

Malayalam Language
Krishiyarivu
(Agriculture)
by
Malappattam Prabhakaran
♦
Published in January 2014
This Edition March 2023
by Kairali Books Private Limited
Thalikkavu Road, Kannur.
Ph : 0497-2761200
E-Mail : kairalibooksknr@gmail.com
♦
Cover :
Rajeevan Kotta
♦
Printed at
Printing Park, Tly

Price ₹ 170.00
68/13-14 Sl.No.578-500-NS 18.6

കൃഷിയറിവ്

പഴയതും പുതിയതും

മലപ്പട്ടം പ്രഭാകരൻ

കൈരളി ബുക്സ്

ഉള്ളടക്കം

ആമുഖം

കാർഷിക വിജ്ഞാന വ്യാപനരംഗത്ത് കഴിഞ്ഞ മൂന്നു പതിറ്റാണ്ടായി പ്രവർത്തനനിരതനായ ഒരു വ്യക്തിയാണ് ഞാൻ. 1970 കളിലെ അവസാനഘട്ടം മുതലാണ് പത്രമാധ്യമങ്ങൾ പ്രത്യേകമായി 'കാർഷികരംഗം' പംക്തി ഏറെ പ്രാധാന്യം നൽകി പ്രസിദ്ധീകരിച്ചു തുടങ്ങിയത്. മുൻ കൃഷിവകുപ്പു ഡയറക്ടറായിരുന്ന ഡോ. ആർ ഹേലിയെപോലുള്ളവർ ഇത്തരമൊരാവശ്യത്തിന്റെ പ്രസക്തി തിരിച്ചറിഞ്ഞുകൊണ്ട് പത്രമാധ്യമങ്ങളിലൂടെ സജീവമായി രംഗത്തുവന്നു. ഈ കൂട്ടത്തിൽ ആകാശവാണിയുടെ 'വയലും വീടും' പരിപാടി ഏറെ ശ്രദ്ധിക്കപ്പെട്ട ഒന്നാണ്. കാർഷികസർവകലാശാലകളും, കൃഷിശാസ്ത്രജ്ഞരും, കാർഷികഗവേഷകരുമെല്ലാം കണ്ടെത്തുന്ന നൂതനമായ ശാസ്ത്രസാങ്കേതിക അറിവുകൾ കൃഷിക്കാർക്കിടയിൽ പ്രചരിപ്പിച്ച്, കൃഷിയിടത്തിൽ പരീക്ഷിച്ച് വിജയാനുഭവങ്ങൾ ഉണ്ടാക്കാനും കൂടുതൽ പേരെ സന്ദേശവാഹകരാക്കാനുമെല്ലാം ഈ പത്ര, ശ്രവണ മാധ്യമം വഴി സാധിച്ചത് കാർഷിക വിജ്ഞാന വ്യാപനരംഗത്ത് നല്ല ചലനം സൃഷ്ടിച്ചു.

ഈ ഘട്ടത്തിലാണ് കൃഷിവകുപ്പിലെ ഉദ്യോഗസ്ഥൻ എന്ന നിലയിൽ പത്രപംക്തികളിൽ കാർഷിക ലേഖനങ്ങളെഴുതാൻ എന്നെയും പ്രേരിപ്പിച്ചത്. ദേശാഭിമാനി ഇതിന് അവസരം തന്നു. തുടർന്ന് വിവിധ പത്രമാധ്യമങ്ങളിലും ആനുകാലികങ്ങളിലുമെല്ലാം എഴുതിതുടങ്ങുകയും ഇപ്പോഴും തുടരുകയും ചെയ്യുന്നു. ആയിരത്തിലധികം ലേഖനങ്ങൾ എഴുതിക്കഴിഞ്ഞു.

ഇതെല്ലാമാണെങ്കിലും ലേഖനങ്ങൾ സമാഹരിച്ച് ഒരു പുസ്തകമായി പ്രസിദ്ധീകരിക്കാൻ ഇതുവരെ സാധിച്ചില്ല അഥവാ മിനക്കെട്ടില്ല എന്നു പറയുന്നതാവും ശരി. പലരും സ്നേഹബുദ്ധ്യാ ആവശ്യപ്പെടാറുണ്ട്.

ഇതിനിടയിലാണ് ദേശാഭിമാനി അക്ഷരമുറ്റം സപ്ലിമെന്റിൽ കാർഷികവിഷയവുമായി ബന്ധപ്പെട്ടതും പാഠ്യപദ്ധതിയിലുൾപ്പെട്ടതുമായ വിഷയങ്ങളെക്കുറിച്ച് കുറെയേറെ ലേഖനങ്ങൾ എഴുതിയതും. ഇതിന് വിദ്യാർഥികളിൽനിന്നും, അധ്യാപകരിൽനിന്നും, സാധാരണകർഷകരിൽ നിന്നുമെല്ലാം നല്ല പ്രതികരണങ്ങൾ ഉണ്ടായി. ഇതിലെ പ്രധാനപ്പെട്ട 8

ലേഖനങ്ങൾ ഉൾപ്പെടുത്തി ഒരു പുസ്തകമാക്കാനുള്ള ശ്രീ നാരായണൻ കാവുമ്പായിയുടെ നിർദേശമാണ് ഈ പുസ്തകം പുറത്തിറക്കാൻ നിമിത്തമായത്. വിദ്യാർഥികൾക്കും കർഷകർക്കും ഒരുപോലെ പ്രയോജനപ്പെടുമെന്നതാണ് ഈ പുസ്തകത്തിന്റെ പ്രത്യേകത.

കൃഷിയുടെ നിലനിൽപ്പിന്നാധാരമായ മണ്ണിനെക്കുറിച്ച് സവിസ്തരം പ്രതിപാദിച്ച 'കൃഷി പിറന്ന മണ്ണ്'; മണ്ണിലിറക്കുന്ന വിത്തിനെക്കുറിച്ചും അതിന്റെ ഘടന മറ്റ് അത്യാവശ്യം അറിയേണ്ട കാര്യങ്ങൾ പഠിപ്പിക്കുന്ന 'വിത്തും വിളയും', കാലാവസ്ഥാ വ്യതിയാനം കാരണങ്ങളും പ്രത്യാഘാതങ്ങളും ബോധ്യപ്പെടുത്തുന്ന 'കാലാവസ്ഥക്ക് കാവലാളാവുക', കേരളീയരുടെ മുഖ്യാഹാരമായ നെല്ലിന്റെ ഉൽപ്പത്തിയും വികാസവും വിവിധനെല്ലിനങ്ങളെയും പരിചയപ്പെടുത്തുന്ന 'നെല്ലിന്റെ നാനാർത്ഥങ്ങൾ' എന്നീ ലേഖനങ്ങൾ ഇതിൽ ഉൾച്ചേർത്തിട്ടുണ്ട്.

'ഭൂമി ഒരു ജലഗ്രഹം', 'ഹരിതകം' എന്ന രണ്ട് ലേഖനങ്ങളിൽ ഭൂമിയുടെ ജലസാന്നിധ്യവും ഇപ്പോൾ നാം അനുഭവിക്കുന്ന ജലദൗർലഭ്യമുൾപ്പെടെയുള്ള കാര്യങ്ങൾ തൊട്ടുണർത്തുന്നതാണെങ്കിൽ, വനനശീകരണം പരിസ്ഥിതിയിലും കാർഷികരംഗത്തും വരുത്തുന്ന പ്രശ്നങ്ങളെ ബോധ്യപ്പെടുത്തുന്നതാണ് 'ഹരിതകം'.

നമ്മുടെ പഴയകാല കൃഷിരീതിയെല്ലാം ഇന്ന് അന്യം നിന്നുപോവുകയാണ്. പുതിയ തലമുറക്ക് പ്രത്യേകിച്ചും ഇത് അറിയില്ല. ഇവയെ പരിചയപ്പെടുത്തുന്നതാണ് മറ്റൊരു ലേഖനം. വർത്തമാനകാലത്ത് ജീവിതശൈലീ രോഗങ്ങൾ പെരുകുകയാണ്. ആധുനിക ഭക്ഷണരീതിയിലെ മാറ്റമാണ് ഇതിന്റെ പ്രധാനകാരണം. നമ്മുടെ പൂർവികർ അരോഗദൃഢഗാത്രരും, കായികശേഷി കൂടിയവരുമായതിനുപിന്നിൽ അവരുടെ നാടൻ വിഭവങ്ങളുപയോഗിച്ചുള്ള ഭക്ഷണക്രമത്തിന് വലിയ സ്വാധീനമുണ്ട്. ഇന്നത്തെ തലമുറക്ക് അതല്ല ആവശ്യം. ഈ രണ്ട് ഭക്ഷണസംസ്കാരത്തെയും പരിചയപ്പെടുത്തുന്ന 'നമ്മുടെ ഭക്ഷണം അവരുടെ ഭക്ഷണം' എന്ന ലേഖനവും ഈ കാലത്ത് അറിഞ്ഞിരിക്കേണ്ട കാര്യങ്ങളാണ്.

ഈ കൊച്ചു പുസ്തകത്തിൽ സമഗ്രമായ ഒരു പ്രതിപാദനത്തിനുമുതിർന്നിട്ടില്ല. എങ്കിലും അത്യാവശ്യമായി ലഭ്യമാകേണ്ടതും മനസ്സിൽ എന്നും കോറിയിടപ്പെടേണ്ടതുമായ വിഷയങ്ങളിൽ കർഷകർക്കും വിദ്യാർഥികൾക്കും അറിവുകിട്ടാൻ ഈ പുസ്തകം പ്രയോജനപ്പെടും എന്ന വിശ്വാസമാണ് എനിക്കുള്ളത്. എന്റെ പ്രഥമസംരംഭത്തിന് എല്ലാവരുടെയും പ്രോത്സാഹനവും അംഗീകാരവും പ്രതീക്ഷിക്കുന്നു.

മലപ്പട്ടം പ്രഭാകരൻ

കൃഷി പിറന്നമണ്ണ്

മനുഷ്യസമൂഹം നിലനിൽക്കുന്നത് കൃഷിയുമായി അഭേദ്യമായ ബന്ധം ഉള്ളതുകൊണ്ടാണ്. കൃഷി ചെയ്തില്ലെങ്കിൽ ഭക്ഷണമുണ്ടാകില്ല. ഭക്ഷണമില്ലെങ്കിൽ പിന്നെ മനുഷ്യനുമില്ലല്ലൊ. അതുകൊണ്ട് നാം നമ്മുടെ മനസ്സിൽ ഒന്നാമത്തെ ഇടം നൽകേണ്ടത് കൃഷികാര്യത്തിനാണ്. എന്നാൽ ഒരു സത്യം തുറന്നുപറയട്ടെ ഇന്നത്തെ സമൂഹം പ്രത്യേകിച്ചും പുതിയ തലമുറ ഈ മേഖലയിൽ താല്പര്യം കാണിക്കുന്നില്ല. എല്ലാവർക്കും മണ്ണ് പുരളാത്ത പണിവേണം. അച്ഛനും മുത്തച്ഛനും വന്ന ചളിപുരണ്ട വഴി തീരെ വയ്യ. മറ്റ് നാനാതരം മേഖലകളിൽ തൊഴിൽ സാധ്യത തുറന്നുകിടക്കുമ്പോൾ ശരീരം ചുട്ടെടുക്കുന്ന ഈ പണി എന്തിനാണ് സ്വീകരിക്കുന്നത്? നിങ്ങളിൽ തന്നെ നല്ലൊരു വിഭാഗം ഇങ്ങനെ ചിന്തിക്കുന്നുണ്ടെന്ന് തീർച്ച.

നാം ഈ ചിന്ത തീർത്തും തൂത്തെറിയണം. എല്ലാവരും കൃഷിക്കാരായി തുടരണം എന്നല്ല, ഈ സാഹചര്യം കുറച്ചെങ്കിലും നാം നമ്മുടെ നിത്യജീവിതത്തിൽ ഉണ്ടാക്കിയെടുക്കണം. ദിവസത്തിൽ ഏതാനും മിനുട്ടുകളൊ മണിക്കൂറുകളൊ ഇതിനായി മാറ്റിവെച്ചുകൂടേ? വിശ്രമവേളയിലെ ഒരു വിനോദപ്രവൃത്തിയായി മാത്രം നിങ്ങൾ ചെറിയ തോതിൽ പച്ചക്കറികളും പഴവർഗങ്ങളും നാണ്യവിളകളും കൃഷിചെയ്യാൻ മിനക്കെടണം. അച്ഛനോടും അമ്മയോടുമൊപ്പം ഈ മേഖലയിൽ പങ്കിടണം. അന്യസംസ്ഥാനക്കാരെ ആശ്രയിക്കാതെ നമ്മുടെ ഭക്ഷണം നമുക്കുണ്ടാക്കണം. ഇതിനുള്ള സാഹചര്യവും സമയവും കണ്ടെത്തണം. കൃഷിചെയ്യണമെങ്കിൽ മണ്ണ് വേണം- ആ മണ്ണിനെക്കുറിച്ചു കൂടി അറിയേണ്ടേ? ഇതാ കേട്ടോളൂ.

കൃഷി പിറന്ന മണ്ണ്

മണ്ണിലാണ് കൃഷി ചെയ്യുക എന്നു പറഞ്ഞറിയിക്കേണ്ട കാര്യമില്ല.

അപ്പോൾ ആ മണ്ണെങ്ങനെ ഉണ്ടായി, മണ്ണിൽ കൃഷി എപ്പോൾ ഉണ്ടായി. കാർഷികമേഖല കടന്നുവന്ന വഴികൾ ഏതൊക്കെ, ഇപ്പോൾ നാം എത്തിനിൽക്കുന്നതെവിടെ? ഇതെല്ലാം നാം അറിഞ്ഞിരിക്കണം.

ഭൂമിയുടെ വയസ്സ് നിങ്ങൾക്കറിയാമല്ലൊ. ഏതാണ്ട് രണ്ടായിരം കോടി വർഷം. തിളക്കുന്ന ഈ അഗ്നിഗോളം ഏതാണ്ട് തണുത്തു തുടങ്ങിയത് 1500 കോടിവർഷത്തിനു ശേഷമാണ്. ഇങ്ങനെ ഉപരിതലം പാറപോലെ ഉറച്ച് നിൽക്കുകയും ഇവ അനേകായിരം വർഷത്തെ പ്രകൃതി പ്രക്രിയയിലൂടെ (മഴ, കാറ്റ്, വെയിൽ, ഭൂകമ്പം) സാവധാനം പൊടിഞ്ഞ് രൂപപരിണാമം സംഭവിച്ച് മണ്ണായി മാറുകയുമായിരുന്നു. രാസപരവും യാന്ത്രികവുമായ പല പ്രക്രിയകളും ഇതിലടങ്ങിയിട്ടുണ്ട്.

പലയിടങ്ങളിൽ പലതരം മണ്ണ് എങ്ങനെ ?

പലയിടങ്ങളിലും പലതരം മണ്ണാണ് നമുക്ക് കാണാനാവുക. ഇതെങ്ങനെയാണ് സംഭവിച്ചത്. മണ്ണിന് പിറവി നൽകിയ നേരത്തെ പറഞ്ഞ പാറയുണ്ടല്ലൊ. അതിന്റെ പ്രത്യേകതകളാണ് ഇതിന്റെ പ്രധാനകാരണം, ഒപ്പം ഏറെക്കാലത്തിനുശേഷം പലതരം ജൈവവസ്തുക്കളും ചേർന്ന് രൂപപ്പെട്ടുവന്ന മേൽമണ്ണിന്റെ വ്യത്യസ്തതയും പലതരം മണ്ണിനു കാരണമായി. മേൽപറഞ്ഞ പാറകളെ മൂന്നായിതരം തിരിച്ചിട്ടുണ്ട്. അവ ഇതാണ്.

1. ആഗ്നേയ ശിലകൾ
2. ഊറൽ ശിലകൾ
3. പരിവർത്തിത ശിലകൾ

അഗ്നിപർവ്വതത്തിൽ നിന്നും ഒലിച്ചിറങ്ങി തണുത്തുറച്ചതാണ് ആഗ്നേയശില. കേരളത്തിലെ 95% പാറകളും ഇതാണ്. ഇത് ലക്ഷക്കണക്കിനു വർഷത്തെ അപക്ഷയ പ്രക്രിയയിലൂടെ മണ്ണായി മാറി. ഈ പാറകൾ രണ്ട് വ്യത്യസ്ത രാസഗുണമുള്ളതാണ്. അമ്ലഗുണവും ക്ഷാരഗുണവും. കേരളത്തിലെ മണ്ണ് അമ്ലഗുണമുള്ളതാണ്. ചില പ്രത്യേക പ്രദേശത്തുമാത്രമെ ക്ഷാരമണ്ണ് ഉള്ളൂ. ഏറ്റവും കടുപ്പമുള്ള കരിങ്കല്ല് പൊടിഞ്ഞ് അപക്ഷയം സംഭവിച്ചതാണ് അയവുള്ള കളിമണ്ണായി മാറിയതെന്ന വിശ്വസിക്കാനാവുന്നില്ല അല്ലെ. ഇതാണ് പ്രകൃതിയുടെ പ്രവൃത്തി. ധാതുക്കളുടെ ഉള്ളടക്ക വ്യത്യാസം, ഭൂമിയുടെ കിടപ്പ്, മണ്ണാകാൻ വേണ്ടി എടുക്കുന്ന കാലദൈർഘ്യം, ജൈവഘടന തുടങ്ങിയ പല കാരണങ്ങളാലാണ് പലതരം മണ്ണുണ്ടാകുന്നത്.

ജീവൻ തുടിക്കുന്ന മേൽമണ്ണ്

മേൽമണ്ണിലാണ് എല്ലാ ചെടികളും വളരുന്നതെന്ന് നിങ്ങൾക്കറിയാം.

മണ്ണിന്റെ ജീവൻ എന്ന് ഈ മേൽ മണ്ണിനെ പറയാം. ഈ മണ്ണ് കേവലം 25 സെ.മി. ഘനത്തിൽ ഉപരിതലത്തിലാണുള്ളത്. ജൈവാംശം, അണുജീവികൾ, ക്ലേദം, മണ്ണ് എന്നിവയെല്ലാം കൂടിച്ചേർന്ന ഈ മണ്ണിന്റെ അനുകൂലസാഹചര്യങ്ങളെ സ്വീകരിച്ചാണ് ഏത് ചെടിയും, വിളയും വളരുകയും പ്രത്യുല്പാദനം നടത്തുകയും ചെയ്യുക. ഇവയെ ഒലിച്ചു പോകാതെ, നശിക്കാതെ സംരക്ഷിച്ചു നിർത്തണം.

മേൽമണ്ണിൽ നിന്നും താഴോട്ടുപോകുന്തോറും വളക്കൂറും അണു ജീവികളും കുറഞ്ഞുവരും. മേൽഭാഗത്തുനിന്നും താഴോട്ടു പോകുന്തോറും മണ്ണ് വ്യത്യസ്ത അടുക്കുകളായി കിടക്കുന്നുണ്ട്. ഇത്തരം അടുക്കിനെ 'സംസ്തരം' എന്നുപറയുന്നു. ഈ സംസ്തരം എങ്ങനെയെന്നറിഞ്ഞോളൂ.

സംസ്തരം A : ഉപരിതലത്തിലെ 30 സെ. മീറ്റർ കനമുള്ള മേൽമണ്ണാണിത്.

സംസ്തരം B : തൊട്ടുതാഴെ 30-60 സെ.മീ വരെയുള്ള ഭാഗമാണിത്. B സംസ്തരവും, A സംസ്തരവും ബന്ധിക്കുന്ന ഭാഗത്ത് മുകളിൽ നിന്നുള്ള ജൈവാംശം കലർന്ന അല്പസ്വല്പം ജൈവാംശമണ്ണായികാണാം. കീഴോട്ടു പോകുന്തോറും ജൈവാംശം തീരെ ഉണ്ടാവില്ല. വെള്ളം വഴി ഇരുമ്പ്, അലൂമിനിയം ഓക്സൈഡ് എന്നിവയും ഇവിടെ ഉണ്ടാകും.

സംസ്തരം C : ഇതിനടിയിൽ കിടക്കുന്ന ഭാഗത്തെയാണ് C സംസ്തരം എന്നു പറയുക. മണ്ണായി ക്രമേണ മാറിവരാൻ പര്യാപ്തമായ വസ്തുക്കളായ ചെറിയ കല്ലുകൾ, അതിനിടയിൽ സാമാന്യം വലുപ്പമുള്ള കല്ല്, പാറ എന്നിങ്ങനെയാണ് ഇതിൽ അടുക്കിയിട്ടുണ്ടാവുക. പൊതുവെ ജീവനില്ലാത്ത മണ്ണായി ഇതിനെ കണക്കാക്കാം. നല്ല ഗുണുള്ള മേൽമണ്ണിൽ താഴെപറയും പ്രകാരം ഘടകങ്ങൾ ഉണ്ടാവണം. ഇതിനെ നല്ല മണ്ണെന്നു പറയാം.

1. ധാതുപദാർത്ഥങ്ങൾ-45% 2. വായു 25% 3. ജലം 25%
4. ജൈവവസ്തുക്കൾ - 5%

ചിത്രം കാണുക.

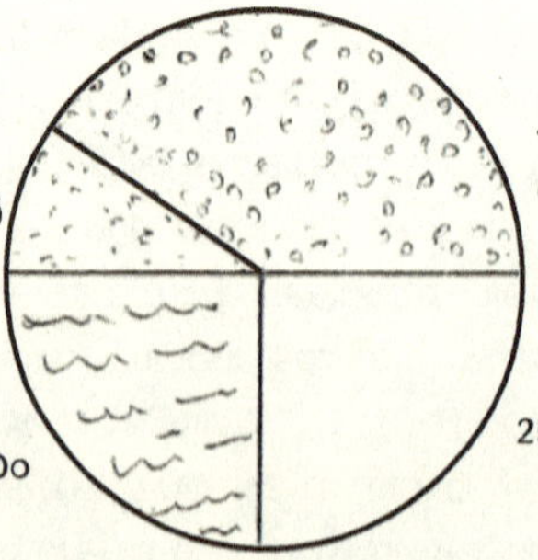

മണ്ണിന്റെ രചനയും, ഘടനയും എന്നാൽ എന്ത് ?

മണ്ണിനെ അറിയുമ്പോൾ ഈ പേര് പ്രത്യേകം ഓർക്കണം. മണ്ണിനെ സൂക്ഷ്മമായി പരിശോധിച്ചാൽ ചെറുചെറു മൺതരികളുടെ കൂട്ടമാണ് മണ്ണ്. ഓരോ തരിയിലും മണൽ, സിൽറ്റ്, കളിമണ്ണ് എന്നിവ വ്യത്യസ്ത അനുപാതത്തിൽ കാണും. ഇവയുടെ വ്യാസമാനം ഇങ്ങനെയാണ്. മണൽ 0.2-2.0 മിമീ, സിൽറ്റ് 0.002 - 0.02 മി.മീറ്റർ, കളിമണ്ണ് 0.002 മി.മീറ്ററിൽ താഴെ. 2 മി. മീറ്ററിൽ കൂടുതൽ വ്യാസമാനമുണ്ടെങ്കിൽ അതിനെ മണ്ണെന്നല്ല ചരൽ എന്നുപറയും. ഇങ്ങനെ ഓരോ മണ്ണിലുമുള്ള മൺതരികളുടെ അനുപാതത്തെ മണ്ണിന്റെ 'രചന' എന്നു പറയും.

ഘടന എന്നാൽ : മേൽ പറഞ്ഞ 3 വസ്തുക്കളും ജൈവാംശവും ചേർന്നതാണ് മണ്ണ്. അല്ലാതെ ഇവ ഒറ്റക്ക് കാണില്ല. ഇങ്ങനെ ഉള്ളവ കൂടിച്ചേർന്ന് പല ആകൃതിയിലുള്ളതും വലിപ്പത്തിലുള്ളതുമായ തരികളാണ് കാണുക. ഇത്തരത്തിലുള്ള മൺതരികളുടെ ക്രമീകരണ ത്തെയാണ് മണ്ണിന്റെ ഘടന എന്നുപറയുന്നത്.

മണ്ണിലെ സുഷിര സ്ഥലങ്ങൾ

മേൽ ചിത്രം നോക്കൂ. അതിൽ പകുതിഭാഗത്ത് ജലാംശവും വായുവുമാണ്. ഇവ രണ്ടും നിൽക്കുക ഒഴിഞ്ഞ സ്ഥാനത്താണ്. വായുസഞ്ചാരത്തിലൂടെ ഓക്സീകരിക്കപ്പെട്ട മണ്ണിലാണ് സസ്യ വളർച്ച ഉണ്ടാവുക. (നെല്ലും ചില സസ്യങ്ങളും ഇത്തരത്തിലാവണമെന്ന് നിർബന്ധമില്ല.)

അന്തരീക്ഷവായു മണ്ണിലേക്കും മണ്ണിൽ നിന്ന് അന്തരീക്ഷ വായുവിലേക്കും നിരന്തര സമ്പർക്കം ഉണ്ടാവണം. ഇതിനെയാണ് വിസാരണം (Diffusion) എന്നുപറയുക. ഇങ്ങനെ പോയില്ലെങ്കിൽ മണ്ണിലെ അണുജീവികളും വേരുകളും ശ്വസിക്കുന്നതിന്റെ ഫലമായി

മണ്ണിലെ വായുവിൽ വർധിച്ചുവരുന്ന കാർബൺഡയോക്സൈഡിന്റെ അളവ് കുറക്കാനാവില്ല. മണ്ണിലെ വായുവിൽ കാർബൺഡയോക്സൈഡ് കൂടിയാൽ അണുജീവികളുടെ പ്രവർത്തനവും വേരുകളുടെ വളർച്ചയും കുറയും. ചെടിയുടെ പുഷ്ടിയായ വളർച്ചയെ പ്രതികൂലമാക്കും. അതുകൊണ്ട് മണ്ണിൽ നിരന്തരവായു സമ്പർക്കത്തിനുള്ള സാഹചര്യം ഉണ്ടാവണം. ഇതിന് നേരത്തെ പഠിച്ച മണ്ണിന്റെ രചന നന്നാക്കുകയാണ് വഴി. മണ്ണിലെ അമിതജലാംശം കുറക്കുകയും, മണ്ണിളക്കി വായുസഞ്ചാരം ഉണ്ടാക്കുകയും വേണം.

വായുവിലെ ഘടകങ്ങളുടെ വ്യത്യാസം

ഘടകം	*അന്തരീക്ഷവായു*	*മണ്ണിലെ വായു*
1. ഓക്സിജൻ	20.99%	20.6%
2. നൈട്രജൻ	78.95%	79.2%
3. കാർബൺ ഡൈ ഓക്സൈഡ്	0.03%	0.3-1%

മണ്ണിലെ വായുവിൽ പത്തിരട്ടിയാണ് കാർബൺഡൈയോക്സൈഡ് നിലകൊള്ളുന്നത്. ഓക്സിജൻ അളവ് കുറയുകയും ചെയ്യുന്നു. നമ്മുടെ നാട്ടിലെ 'കർക്കിടക്കിള', 'തുലാക്കിള' എന്നിവ വായുസഞ്ചാരം കൂട്ടുന്നതിന് പഴമക്കാർ സ്വീകരിച്ച മാർഗമാണ്.

മണ്ണും ജലവും

നമുക്ക് ശരീരത്തിൽ ജലം ആവശ്യമുള്ളതുപോലെ തന്നെ സസ്യങ്ങൾക്കും ജലം ആവശ്യമാണ്. അതാണ് മണ്ണിൽ 25% ജലാംശം വേണമെന്നു പറയുന്നത്. ഇവ മണ്ണിൽ ചെയ്യുന്ന ധർമം ഇതാണ്.

1. ചെടികൾക്കുള്ള ഭക്ഷ്യമൂലകങ്ങൾ ലയിപ്പിക്കൽ
2. ചെടികളുടെയും മണ്ണിലെയും താപനില നിയന്ത്രിക്കൽ
3. ചെടികൾക്ക് ആഹാരം പാകം ചെയ്യാൻ സഹായിക്കൽ
4. മണ്ണിലെ അണുജീവികളുടെ വളർച്ചക്ക് സഹായിക്കൽ
5. അപക്ഷയം സംഭവിച്ച് മണ്ണുണ്ടാകുന്ന പ്രവൃത്തി ത്വരിതപ്പെടുത്തുന്നു.
6. സസ്യകോശങ്ങളെ ശക്തിപ്പെടുത്തൽ
7. കാർഷിക പ്രവൃത്തികൾ നടത്തുമ്പോൾ മണ്ണിളകാൻ ഇടയാകുന്നു.

മണ്ണിൽ ജലം ശേഖരിച്ചുവെക്കുന്നത് മൺതരികൾക്കിടയിലുള്ള ഒഴിഞ്ഞ സ്ഥലങ്ങളിലും, ക്ലേദതരികളിലുമാണ്. ഇവയിൽ നിന്നാണ് ചെടികളും അണുജീവികളും വെള്ളം വലിച്ചെടുക്കുന്നത്.

ജലലഭ്യതയും ജലനഷ്ടവും

മണ്ണിൽ ജലലഭ്യത ഉണ്ടാകുന്നത് മഴയിലൂടെയും ജലസേചനത്തിലൂടെയുമാണ്. കാലാവസ്ഥ പിഴച്ച് മഴകുറയുമ്പോൾ വരൾച്ച ഉണ്ടാകുന്നതും കൃഷി ഉണങ്ങിനശിക്കുന്നതും കുടിവെള്ളക്ഷാമം ഉണ്ടാകുന്നതും നിങ്ങൾ കണ്ടിരിക്കുമല്ലോ. മണ്ണിൽ ജലനഷ്ടം ഉണ്ടാകുന്നതെങ്ങനെയെന്നും അതിനുള്ള നിവാരണമാർഗങ്ങൾ എന്തെന്നും അറിഞ്ഞോളൂ.

1. ആവിയാലുള്ള നഷ്ടം :

വെള്ളം ചൂടിൽ ആവിയായി നഷ്ടപ്പെടുന്ന കാര്യം നിങ്ങൾക്കറിയാം. ചെയ്യുന്ന മഴയുടെ 10 മുതൽ 20% വരെ ഇങ്ങനെ നഷ്ടപ്പെടും. ഉപരിതലത്തിലൂടെയുള്ള ഈ നഷ്ടം പരമാവധി ഒഴിവാക്കാൻ ശ്രമിക്കണം. ഇതിനു ചില മാർഗങ്ങൾ സ്വീകരിക്കാം. (1) ഉപരിതലത്തിൽ കരിയില കൊണ്ടും, വള്ളിപ്പടർപ്പുകളും മറ്റ് സസ്യങ്ങൾ വളർത്തിയും മണ്ണിനു മുകളിൽ ആവരണം (പുതപ്പ്) സൃഷ്ടിക്കുക. (2) മേൽമണ്ണ് വേനൽക്കാലത്ത് 2.സെ.മീറ്റർ ആഴത്തിൽ കിളച്ച് മണ്ണിനു മുകളിൽ മൺപൊടി ആവരണമാക്കുക.

2. സസ്യസ്വേദനം വഴി നഷ്ടം :

സസ്യങ്ങൾ ശ്വസിക്കുന്നതുവഴി വെള്ളം ആവിയായും മറ്റും നഷ്ടപ്പെടുന്നുണ്ട്. കാർഷിക വിളകൾക്കിടയിലെ കളകളും പാഴ്ച്ചെടികളും എല്ലാം ഈ രീതിയിൽ ജലനഷ്ടത്തിനിടയാക്കുന്നു. പ്രക്രിയ തുടരുന്നുണ്ട് അതുകൊണ്ട് കൃഷിയിടത്തിൽ ആവശ്യമില്ലാത്ത മറ്റ് സസ്യജാലങ്ങൾ (കളകൾ) പറിച്ചുമാറ്റുക.

3. മണ്ണൊലിപ്പ്, ജല സംരക്ഷണമില്ലായ്മ വഴി ഉണ്ടാകുന്ന ജലനഷ്ടം :

ഒഴുക്കിലൂടെയുള്ള ജലനഷ്ടം ഭീമമാണ്. ഇത് പരിഹരിക്കാൻ പരമാവധി വെള്ളത്തെ മണ്ണിലേക്ക് ഇറക്കിവിടാനുള്ള സംവിധാനം ചെയ്യുക.

4. വനവൽക്കരണം വഴി :

വനവൽക്കരണം വഴി മണ്ണും ജലവും സംരക്ഷിച്ചു നിർത്താനാവണം.

മണ്ണിന്റെ ഊഷ്മാവ്

നമ്മുടെ ശരീരത്തിൽ എന്ന പോലെ മണ്ണിനും ഊഷ്മാവ് (താപം)

നിശ്ചിത തോതിൽ ആവശ്യമുണ്ട്. ഇവ കൂടുമ്പോഴും കുറയുമ്പോഴും പ്രശ്നങ്ങൾ ഉണ്ടാവും. എന്താണ് ഊഷ്മാവ് ചെയ്യുന്ന ധർമം.

1) വിത്ത് മുളക്കണമെങ്കിൽ നന്നായി ഉണങ്ങിയിരിക്കണം. ഓരോ വിത്തിനും വ്യത്യസ്ത ഊഷ്മാവ് ആവശ്യമാണ്. $20^{0}C$ മുതൽ $30^{0}C$ വരെയാണ് വിത്ത് മുളക്കാനുള്ള ശരാശരി താപം.
2) വേരുകളുടെ ശരിയായ വളർച്ചക്ക് നിശ്ചിതതാപം മണ്ണിൽ ഉണ്ടാവണം.
3) അണു പ്രവർത്തനത്തിന് ഒരു നിശ്ചിത ഊഷ്മാവ് ഉണ്ടാവണം.
4) പാറ പൊടിഞ്ഞ് മണ്ണുണ്ടാകാൻ ഊഷ്മാവ് വേണം.

ഊഷ്മാവ് നിയന്ത്രിക്കുന്നതെന്തെല്ലാമാണ്

1. **മണ്ണിന്റെ ജലാംശത്തിന്റെ അളവ് :-** ഇത് നിശ്ചിത അളവിൽ നിലനിർത്താൻ സാധിക്കണം.
2. **സ്ഥലത്തിന്റെ ചരിവ് :-** മണ്ണ് തെക്കുകിഴക്ക് ഭാഗത്തേക്ക് ചരിഞ്ഞാണ് കിടക്കുന്നതെങ്കിൽ, ദക്ഷിണായനകാലത്ത് വെയിൽ ലംബമായി പതിക്കുന്നതിനാൽ ഊഷ്മാവ് കൂടും.
3. **മണ്ണിന്റെ പുറത്തുള്ള സസ്യാവരണം :-** മണ്ണിന്റെ താപനില അധികം ഏൽക്കാതെ സംരക്ഷിക്കും.
4. **മണ്ണിന്റെ നിറം :-** കറുപ്പ് നിറത്തിലുള്ള മണ്ണ് കൂടുതൽ ചൂട് ആഗിരണം ചെയ്യും.

മണ്ണും രാസപ്രതികരണവും

മണ്ണ് രാസപരമായി വ്യത്യസ്തത ഉള്ളതാണ്. ഇത്തരം രാസപ്രതികരണം ചെടികളുടെ വളർച്ചയെ നന്നായി സ്വാധീനിക്കും. മണ്ണിൽ പ്രധാനമായി രണ്ട് തരം രാസപ്രതികരണ അവസ്ഥയാണുള്ളത്. 1) 'അമ്ലാവസ്ഥ' (Acid Condtion) 2) 'ക്ഷാരാവസ്ഥ' (Alkaline Condition) ഇതിന്റെ രണ്ടിനും ഇടയിലെ സൂക്ഷ്മ അവസ്ഥയെ 'ഉദാസീനാവസ്ഥ' എന്നുപറയും. (Natural Condition) ഇതിൽ കേരളത്തിൽ മഹാഭൂരിപക്ഷവും അമ്ലാവസ്ഥയുള്ള മണ്ണാണ്. കൂടിയ അമ്ലാവസ്ഥ. വിളകളുടെ വളർച്ചക്ക് ദോഷം ചെയ്യും. 5 കാരണങ്ങളാലാണ് മണ്ണിൽ അമ്ലരസം (പുളിപ്പ്) ഉണ്ടാകുന്നത്.

1. മഴകൂടുതലുണ്ടാവുമ്പോൾ മണ്ണിലെ ക്ഷാരാംശം ഒലിച്ച് നഷ്ടപ്പെടുന്നതിനാൽ
2. അമ്ലതാഘടകങ്ങൾ കൂടുതലുള്ള പാറകൾ പൊടിഞ്ഞുണ്ടായ മണ്ണായതിനാൽ

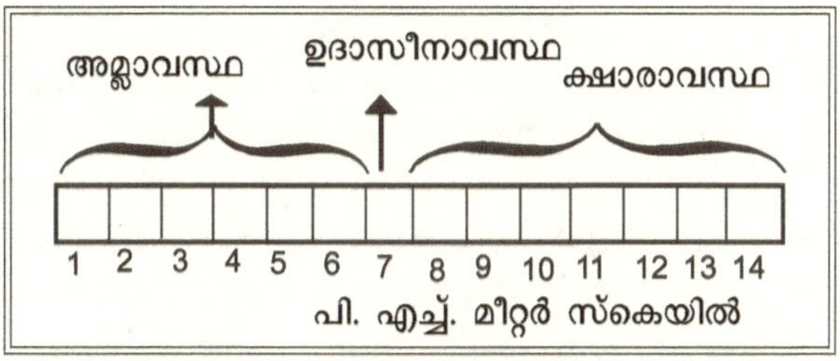

വിള	പി.എച്ച്
നെല്ല്	5-6.0
തെങ്ങ്	6.0-8.0
വാഴ	6.0 - 7.5
കുരുമുളക്	5.5 - 6.5
മറ്റ് വിളകൾ	5 മുതൽ 6.5 വരെ

3. ചില രാസവളങ്ങളുടെ (യൂറിയ, അമോണിയം സൾഫേറ്റ്) ഉപയോഗ ഫലമായിട്ട്
4. മണ്ണിലെ സൂക്ഷ്മജീവികളും സസ്യവേരുകളും ഉച്ഛ്വസിക്കുമ്പോൾ മണ്ണിൽ കാർബൺഡൈയോക്സൈഡ് കൂടും. ഇതും അമ്ലത്വം ഉണ്ടാക്കും.

അമ്ലത്വം അളക്കുക പി. എച്ച് മീറ്റർ എന്ന ഉപകരണം കൊണ്ടാണ്. (ചിത്രം കാണുക) 1 മുതൽ 14 വരെയാണ് മീറ്റർ അളവ്. 1 മുതൽ 7 ൽ എത്തുംവരെ അമ്ലാവസ്ഥയും 7 എന്നത് ഉദാസീനാവസ്ഥയും 7നുശേഷം 14 വരെ ക്ഷാരാവസ്ഥയുമാണ്. 1 എന്നത് കൂടിയ അമ്ലാവസ്ഥയും തുടർന്നു പോകുന്തോറും അമ്ലാവസ്ഥ കുറഞ്ഞ് 7ൽ എത്തുകയും 7 മുതൽ ക്ഷാരാവസ്ഥ തുടങ്ങി 14 ൽ എത്തുമ്പോൾ കൂടിയ ക്ഷാരാവസ്ഥയിലും മണ്ണ് എത്തും. കേരളത്തിൽ താഴെപറയുന്ന പി.എച്ച് ലാണ് ചെടികൾക്ക് ആവശ്യം.

അമ്ലത എങ്ങനെ കുറക്കാം

കാത്സ്യം കാർബണേറ്റ് - നീറ്റുകക്ക, കുമ്മായം ഇയിൽ ഏതെങ്കിലും മണ്ണിൽ ചേർക്കുക.

ക്ഷാരമണ്ണ് : കേരളത്തിൽ ചിറ്റൂർ താലൂക്കിൽ മാത്രമേ ഉള്ളൂ. അധിക ക്ഷാരാംശം കുറക്കാൻ ജിപ്സം ($CaSo_4$) മണ്ണിൽ ചേർത്താൽ മതി.

കേരളത്തിലെ മണ്ണുകൾ

നിങ്ങൾ ദീർഘയാത്ര ചെയ്യുമ്പോൾ ശ്രദ്ധിച്ചുനോക്കൂ. വിവിധ തരത്തിലുള്ള മണ്ണുകൾ നമുക്ക് കാണാനാകും. നിറംകൊണ്ടും ഘടനകൊണ്ടും, മറ്റ് സ്വഭാവം കൊണ്ടും എല്ലാം വ്യത്യസ്തമായിരിക്കും. കേരളത്തിന്റെ പ്രത്യേക ഭൂപ്രകൃതിയാണിതിനു കാരണം. ഒരു പ്രദേശത്തെ വ്യത്യസ്ത പറമ്പുകളിൽ പോലും വ്യത്യാസമുള്ള മണ്ണ് കാണാനാകും. ഇങ്ങനെയാണെങ്കിലും കേരളത്തിലെ മണ്ണിനെ പൊതുവെ 7 വിഭാഗമായിട്ടാണ് ശാസ്ത്രകാരന്മാർ തരംതിരിച്ചിട്ടുള്ളത്. അവ ഏതെന്നും പ്രത്യേകത എന്തെന്നും ഇനി പഠിക്കാം.

1. മണൽ മണ്ണ് 2. എക്കൽ മണ്ണ് 3. ചെങ്കൽമണ്ണ് 4. കരിമണ്ണ്
5. ചെമ്മണ്ണ് 6. കറുത്ത മണ്ണ് 7. വനമണ്ണ്

1. **മണൽ മണ്ണ്** :- സമുദ്രസമീപ്യമുള്ള പ്രദേശങ്ങളിൽ കാണപ്പെട്ടു. ഏതാണ്ട് 10.കി.മി. വീതി പ്രദേശങ്ങളിൽ ഇത് കാണാനാവും. ജൈവ വസ്തുക്കളും പോഷകങ്ങളും കുറഞ്ഞ മണ്ണാണിത്. നല്ല അമ്ലഗുണമുണ്ടാകും. തെങ്ങ്, നെല്ല് എന്നിവ പ്രധാനവിളയായി കൃഷിചെയ്യാം. നല്ല നീർവാർച്ചയുണ്ടാകും, ഒട്ടിപ്പിടിക്കൽ കുറഞ്ഞും ഇരിക്കും.

2. **ഏക്കൽമണ്ണ്** :- പുഴകളുടെ ഇരുവശങ്ങളിലും, കൈവഴികളിലും ഉയരങ്ങളിൽ നിന്നും കലക്കിമറിച്ച് ഊറിവരുന്ന ഈ മണ്ണിൽ നല്ല ജൈവാംശവും മറ്റ് പോഷക മൂലകങ്ങളും ധാരാളമുണ്ടാകും. കാത്സ്യവും, പൊട്ടാഷും കുറയും. പി.എച്ച്. 4.5 മുതൽ 5.5. വരെയാണ് തെങ്ങ്, നെല്ല്, വാഴ, പച്ചക്കറി തുടങ്ങിയ എല്ലാ വിളകൾക്കും അനുയോജ്യം.

3. **ചെങ്കൽമണ്ണ് (വെട്ടുകൽമണ്ണ്)** :- കേരളത്തിന്റെ ഏകദേശം 65-70% പ്രദേശത്തും ഈ മണ്ണാണ് ഉള്ളത്. തീരപ്രദേശത്തുനിന്നും 10.കി.മി. വിട്ട് വനപ്രദേശത്തിനും ഇടയിൽ വരുന്ന മധ്യഭാഗത്താണ് ഇവ ഉള്ളത്. ഉപരിതലഭാഗം ചരൽ കലർന്ന പശിമരാശിമണ്ണാണ്. മേൽമണ്ണിനു താഴെ വെട്ടുകൽ പാറയായി ഇത് നിലനിൽക്കുന്നു. ഈ മണ്ണിന് ജലസംഗ്രഹണ ശേഷി കുറവാണ്. ജൈവാംശം 20-45% വരെയുണ്ട്. പോഷകമൂലകങ്ങൾ പൊതുവെ കുറവാണ്. അമ്ലാവസ്ഥ 4-5 6.2 വരെയാണ്. വളം ചേർത്താൽ എല്ലാ വിളവുകളും കൃഷിചെയ്യാം.

4. **കരിമണ്ണ്** :- കോട്ടയം, ആലപ്പുഴ ജില്ലകളിൽ കാണുന്ന ഒരുതരം കറുത്ത മണ്ണാണിത്. നൈട്രജൻ, പൊട്ടാസ്യം എന്നിവ കൂടുതലുണ്ട്. നല്ല അമ്ല മണ്ണാണ്. (പി. എച്ച്. 3-4 വരെ) കോൾ നിലങ്ങളിൽ

മിക്കവയിലും ഈ മണ്ണാണുള്ളത്. കുമ്മായം ചേർത്ത് അമ്ലം കുറക്കുക. ഫോസ്ഫറസ് തീരെ ഇല്ലാത്തതിനാൽ ഈ മൂലകം ചേർക്കണം.

5. **ചെമ്മണ്ണ്** :- തിരുവനന്തപുരം ജില്ലയുടെ തെക്കൻ പ്രദേശങ്ങളിൽ കാണുന്നു. ചുവന്ന നിറമാണിതിന്. കാരണം ഇരുമ്പയിരായ ഹെൽമറ്റേറ്റിന്റെ സാന്നിധ്യമാണ്. ജൈവാംശം കുറവാണ്. പോഷകമൂലകക്കുറവും ഉണ്ട്. പ്രധാന കൃഷി തെങ്ങാണ്.

6. **കറുത്തമണ്ണ്** :- പാലക്കാട് മാത്രം കാണുന്ന ഒരുതരം മണ്ണാണിത്. 65- 80% വരെ കളിമണ്ണാണ്. അതുകൊണ്ടുതന്നെ ജലം ഉണ്ടാവുമ്പോൾ വീർക്കുകയും ചൂടുകാലത്ത് വിണ്ടുണങ്ങുകയും ചെയ്യും. ക്ഷാരപ്രതികരണ മണ്ണാണിത്. (പി എച്ച് 7.5) ജൈവാംശം കുറവാണ്. പരുത്തിയാണ് അനുകൂല കൃഷി. കരിമ്പും നെല്ലും ചിലയിടങ്ങളിൽ പറ്റും.

7. **വനമണ്ണ്** :- വനപ്രദേശങ്ങളിൽ ഇലകൾ പൊഴിഞ്ഞുവീണും മറ്റും ജൈവവസ്തുക്കളാൽ മൂടപ്പെട്ട് ജൈവാംശം നല്ല രീതിയിൽ ഉള്ള മണ്ണാണിത്. കേരളത്തിൽ ഇത്തരം മണ്ണ് 25% വരും. മണ്ണൊലിപ്പുണ്ടായാൽ അവിടം പുഷ്ടികുറഞ്ഞ അവസ്ഥ സംജാതമാകും. റബ്ബർ, കാപ്പി, ഏലം തുടങ്ങിയ വാണിജ്യ, സുഗന്ധ വിളകൾ ഇവിടെ കൃഷിചെയ്യാം.

മണ്ണ് പരിശോധന

നല്ല മണ്ണിൽ എന്തൊക്കെ വേണമെന്ന് ആദ്യം പറഞ്ഞുവല്ലോ. സസ്യപോഷണത്തിനാവശ്യമായ മൂലകങ്ങൾ, മണ്ണിന്റെ രാസപ്രതികരണ അവസ്ഥ എന്നിവയെല്ലാം അറിഞ്ഞ് വേണം കൃഷി ചെയ്യാൻ. ഇതറിയാനുള്ള ശാസ്ത്രീയ സമ്പ്രദായമാണ് മണ്ണ് പരിശോധന- ഏതുതരം വളം എത്രമാത്രം ചേർക്കണം, കുമ്മായത്തിന്റെ ആവശ്യം എത്രത്തോളം എന്നെല്ലാം ഇതിലൂടെ അറിയാം. ഇവ പരിശോധിച്ച് റിസൽട്ട് തരുന്ന സ്ഥാപനങ്ങൾ കൃഷിവകുപ്പിൽ ഉണ്ട്. മണ്ണ് സാമ്പിൾ എങ്ങനെ എടുക്കണമെന്നു കൂടി അറിഞ്ഞോളൂ.

1. ഓരോ പറമ്പിൽ നിന്നും, (നിലത്തിൽനിന്നും) പ്രത്യേകം സാമ്പിൾ എടുക്കണം- ഒരു പറമ്പിൽ തന്നെ ഉയർന്നതും താഴ്ന്നതുമായ ഇടങ്ങളുണ്ടെങ്കിൽ പ്രത്യേകം എടുക്കണം.
2. വളം കൂടുതലുള്ള പ്രത്യേക ഇടമുണ്ടെങ്കിൽ അവിടത്തെ മണ്ണ് സാമ്പിൾ എടുക്കരുത്. മാറ്റി മറ്റൊരിടം കാണുക.
3. ഏതു വിളക്കു വേണ്ടിയാണോ പരിശോധന അവയുടെ വേരുപടലത്തിന്റെ ആഴത്തിനനുസരിച്ച് മണ്ണിന്റെ സാമ്പിൾ എടുക്കണം. ഉദാ : നെല്ലിന് 15 സെ.മീറ്റർ തെങ്ങിനും ഫലവൃക്ഷങ്ങൾ ക്കും 25 സെ.മീ വരെ ആഴം.

4. സാമ്പിൾ തണലിൽ ഇട്ട് ഉണക്കുക.
5. വളവും കുമ്മായവുമിട്ട ഇടങ്ങളിൽ നിന്ന് 3 മാസം കഴിഞ്ഞുവേണം സാമ്പിൾ എടുക്കാൻ.
6. സാമ്പിളിനൊപ്പം മുഴുവൻ വിവരങ്ങളും എഴുതിയ പേപ്പർ വെക്കണം. (പേര്, വിലാസം, സ്ഥലത്തുള്ള കൃഷി, മുമ്പ് കൃഷിചെയ്ത വിള, നീർവാർച്ച സൗകര്യം തുടങ്ങിയവ.
7. ശേഖരിച്ച മണ്ണ് പ്രത്യേകം സഞ്ചിയിൽ കുറിപ്പു സഹിതം വെച്ച് അയക്കണം.

സാമ്പിൾ ശേഖരണം

മുകളിലത്തെ പുല്ലും കരിയിലയും നീക്കുക. ഒരു മൺവെട്ടികൊണ്ട് വെട്ടി "V" ആകൃതിയിൽ കുഴി ഉണ്ടാക്കുക. പിന്നീട് രണ്ട് ഭാഗത്തുനിന്നും 3 സെ.മീ കനത്തിൽ മണ്ണ് കീഴോട്ട് അരിഞ്ഞെടുക്കുക. 1 കുഴിയിൽ നിന്നും 1 കി.ഗ്രാം മണ്ണ് എടുക്കുക. ഇങ്ങനെ നാലഞ്ചുസ്ഥലത്തുനിന്നും എടുത്തശേഷം കട്ടയും കല്ലും നീക്കുക. ഇവയെല്ലാം ഒരു പോളിത്തീൻ ഷീറ്റിൽ കൂട്ടികലർത്തി കൂനയായി കൂട്ടുക. ഇതിനെ 4 ഭാഗങ്ങളായി തലങ്ങും വിലങ്ങും വിഭജിക്കുക.

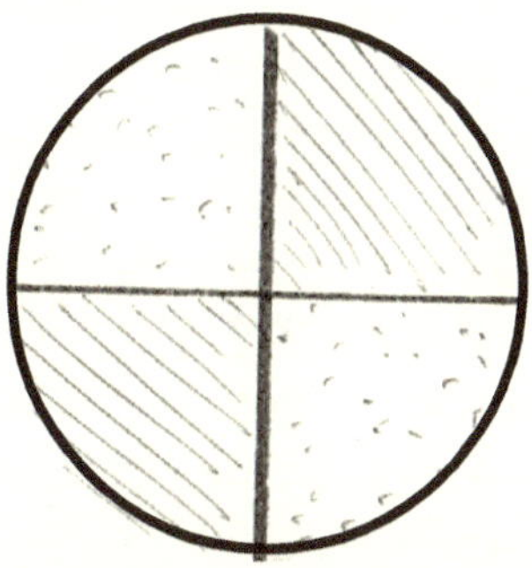

പിന്നീട് എതിർദിശയിലെ രണ്ട് എണ്ണം കളയുക. അവശേഷിക്കുന്ന എതിർദിശകളിലെ രണ്ടെണ്ണം കൂട്ടിക്കുഴച്ച് വീണ്ടും കൂനക്കൂട്ടുകയും 4 ഭാഗങ്ങളാക്കുകയും എതിർദിശകളിലേത് കളയുകയും ചെയ്യുക. ഇങ്ങനെ അളവ് കുറച്ചുകൊണ്ടു വന്നു 500 ഗ്രാം ആവുന്നതുവരെ ആവർത്തിക്കുക. ഈ മണ്ണാണ് സ്ഥലത്തെ മൊത്തം പ്രതിനിധീകരിക്കുന്നതും പരിശോധനക്ക് അയക്കേണ്ടതുമായ മണ്ണ്. ഇത് തണലിൽ ഉണക്കി പ്രത്യേകം തുണിസഞ്ചിയിൽ കെട്ടി ആവശ്യമായ വിവരങ്ങൾ എഴുതിയ കുറിപ്പ് ഇട്ട് അയക്കുക. ഇത്തരം മണ്ണ് സാമ്പിൾ മറ്റ് ഒരു വസ്തുക്കളുമായും കലരാതിരിക്കാൻ പ്രത്യേകം ശ്രദ്ധിക്കണം.

മണ്ണിന്റെ വേർതിരിവുകൾ
(വർഗീകരണം)

മണ്ണ് പലവിധമുണ്ടെന്ന് മുകളിൽ പറഞ്ഞു കഴിഞ്ഞു. എന്നാൽ ഇതിന്റെ ആകൃതിസ്വഭാവമനുസരിച്ചും, യോഗ്യതാ സ്വഭാവമനുസരിച്ചും (Land Capability) 2 ഭാഗമായി വർഗീകരിച്ചിട്ടുണ്ട്. ഇത് കൂടി ഇക്കൂട്ടത്തിൽ അറിയുക.

I ആകൃതി സ്വഭാവ വർഗീകരണം :

a) നിറത്തെ ആധാരമാക്കി : ഉദാ. കറുത്തത്, ചെമ്മണ്ണ് തുടങ്ങിയ വിഭാഗം

b) ഘടനയെ അടിസ്ഥാനമാക്കി : പശിമരാശി - കളിമണ്ണ്, മണൽമണ്ണ്, ചരൽമണ്ണ്

c) ഉപയോഗസാധ്യത അടിസ്ഥാനമാക്കി : കരഭൂമി, വയൽ, കായൽനിലം വനഭൂമി

d) രാസപരമായ വർഗീകരണം : അമ്ലം, ക്ഷാരം, ഇരുമ്പ് ആധിക്യം തുടങ്ങിയവ

e) ജനിതക വർഗീകരണം : മണ്ണിന്റെ ഉൽഭവത്തെ അടിസ്ഥാനമാക്കിയുള്ള വർഗീകരണം

II മണ്ണിന്റെ യോഗ്യതാ വർഗീകരണം :

മണ്ണിനെ ഏതുപയോഗത്തിനുപറ്റും എന്നു കണക്കാക്കിയുള്ളതാണ് യോഗ്യതാ വർഗീകരണം. കേരളത്തിലെ മണ്ണിനെ യോഗ്യതക്കനുസരിച്ച് 8 ഭാഗങ്ങളായി തിരിച്ചിട്ടുണ്ട്. ഇതിൽ ഒന്നുമുതൽ നാല്ഭാഗങ്ങൾ മാത്രമെ കൃഷിക്ക് ഉപയുക്തമായിട്ടുള്ളൂ. ഇവ പരിചയപ്പെടാം.

1-ാം ഭാഗം : ഏതാണ്ട് നിരപ്പും ഫലപുഷ്ടിയുമുള്ള മണ്ണാണ്. സാധാരണ പരിചരണത്തിലൂടെ എല്ലാതരം വിളവും കൃഷിചെയ്യാം.

2-ാം ഭാഗം : ചെറിയ പോരായ്മകൾ ഉണ്ട്. അല്പം ചരിവും ഉയർച്ച താഴ്ചയും, കുറച്ചു മണ്ണൊലിപ്പ് സാധ്യത, വളക്കുറവ് എന്നിവ ഉണ്ടാകും. ആവശ്യമായ നടപടി സ്വീകരിച്ച് എല്ലാ വിളയും കൃഷി ചെയ്യാം.

3-ാം ഭാഗം : കുറെക്കൂടി ചരിവ്, കയറ്റ ഇറക്കങ്ങൾ, മണ്ണൊലിപ്പു സാധ്യത, ജലസംഭരണശേഷിക്കുറവ്, വളക്കുറവ് തുടങ്ങിയ പോരായ്മകൾ. കുറച്ചുകൂടി തീവ്രമായ ശ്രദ്ധയും പരിചരണവും നൽകി എല്ലാ കൃഷിയും ചെയ്യാം.

4–ാം ഭാഗം : മറ്റ് 3ൽ നിന്നും കുറെക്കൂടി തീവ്രസ്വഭാവം, വലിയ ചെരിവ്, മണ്ണിന്റെ വളക്കുറവും ആഴക്കുറവും. ജലസംഗ്രഹണ ശേഷിക്കുറവ്, ശക്തമായ മണ്ണൊലിപ്പ്, രാസപ്രതികരണം, കൃഷിക്ക് ദൂഷ്യം ചെയ്യൽ. എല്ലാ വിളകളും കൃഷി ചെയ്യാൻ പറ്റില്ല.

കൃഷി ചെയ്യാൻ പ്രയാസമുള്ള വിഭാഗം

1. വളരെ ചരിവ്, പാറ, കല്ല്, കുഴിനിറഞ്ഞത് ഇതിനെ പുൽമേടുകളായി മാറ്റാം.
2. ഒന്നിനേക്കാൾ രൂക്ഷം - വനവൽക്കരണം വന്യമൃഗസംരക്ഷണം എന്നിവക്ക് പറ്റും.
3. വനത്തിനായും പുൽമേടുകൾക്കായും മാറ്റാം മറ്റ് കീഴ്വാര കൃഷി ഒന്നും പറ്റില്ല.
4. കുറെക്കൂടി നിബിഡിത ഉള്ള ഭാഗം, വലിയ ചെരിവ്, പാറ, മരങ്ങൾ, തുടങ്ങിയ ഇടതൂർന്ന പ്രദേശം. സ്വാഭാവിക മരങ്ങൾക്കും വന്യ ജീവികൾക്കും പറ്റിയ ഭൂപ്രദേശം. ഇവിടത്തെ കാലാവസ്ഥയിലും വലിയ വ്യത്യാസം ഉണ്ടായിരിക്കും.

നാം ജീവിക്കുന്ന, നമുക്ക് ജീവൻ തരുന്ന, നാം എന്നെന്നും സംരക്ഷിച്ച് വരും തലമുറക്ക് അനുയോജ്യമായ വിധത്തിൽ തന്നെ കൈമാറേണ്ട മണ്ണിനെക്കുറിച്ചാണ് നിങ്ങൾ ഇതുവരെ പഠിച്ചത്. ഇവിടെ എന്തൊക്കെ കൃഷി ചെയ്യാമെന്ന് നമുക്ക് പിന്നീട് പഠിക്കാം.

ഭൂമി ഒരു ജലഗ്രഹം

ഭൂമിയെ മറ്റു രണ്ട് നാമങ്ങളിൽക്കൂടി അറിയപ്പെടുന്നുണ്ട്. എന്തെന്ന റിയാമോ?

1. നീലഗ്രഹം (Blue Plannet) 2. ജലഗ്രഹം. (Water Plannet) എന്തു കൊണ്ടെന്നല്ലേ ? ഭൂമിയുടെ മൂന്നിലൊന്നുഭാഗവും ജലമാണ്, അകലെ നിന്ന് നോക്കിയാൽ നീലിച്ച ജലാശയമുള്ള മനോഹരമായ ഒരു ഗോള മായി ഭൂമിയെ കാണുന്നത് ഇതിനാലാണ്.

എന്നാൽ ഈ വെള്ളമൊക്കെ മനുഷ്യസമൂഹത്തിന്റെ ദൈനംദിന ജീവി താവശ്യത്തിന് ഉപയോഗിക്കാൻ ആവുമോ? ഇല്ല. ഇതിൽ 97 ശതമനാ നവും ഉപ്പുകലർന്ന കടൽവെള്ളമാണ്. 2 ശതമാനം ധ്രുവങ്ങളിലെ മഞ്ഞു പാളികളാണ്. ബാക്കി ഒരു ശതമാനമാണ് നമുക്ക് കുടിക്കാനും മറ്റ് ആവ ശ്യങ്ങൾക്കും തരപ്പെട്ടവ. ഇതിൽ തന്നെ പകുതി മാത്രമേ ശുദ്ധജലമായി കിട്ടുകയും ചെയ്യുന്നുള്ളൂ. കൃത്യമായി പറഞ്ഞാൽ 0.63 ശതമാനം. നമുക്ക് ഒരു പഴമൊഴി ഓർക്കാം. വെള്ളം വെള്ളം സർവത്ര, തുള്ളി കുടിക്കാനി ല്ലത്രേ,

ജലത്തിന്റെ ഉപയോഗം എന്തൊക്കെ?

മനുഷ്യനും പക്ഷിമൃഗാദികൾക്കും കുടിക്കാൻ, ... സസ്യങ്ങൾക്ക് അവ യുടെ വളർച്ചയ്ക്കും അവരുടെ പ്രത്യുൽപാദനത്തിനും ഉപയോഗിക്കാൻ, മണ്ണിനെയും ജൈവ സമ്പത്തിനെയും ക്രമപ്പെടുത്താൻ, വ്യാവസായിക ആവശ്യങ്ങൾക്ക് ഉപയോഗിക്കാൻ, ശുചീകരണപ്രവർത്തനങ്ങൾക്കു വേണ്ടി, ആരോഗ്യ സംരക്ഷണത്തിന്, വൈദ്യുതി ഉല്പാദനത്തിന്, കെട്ടിട നിർമാണ ആവശ്യങ്ങൾക്ക്,

ജലലഭ്യത എങ്ങനെ, എത്രത്തോളം

നമുക്ക് വെള്ളം ലഭിക്കുന്നത് മഴയിലൂടെയാണ്, മഴ ഉണ്ടാകുന്നത്

സൂര്യപ്രകാശമേറ്റ നീരാവി അന്തരീക്ഷത്തിൽ ഉയർന്നു തണുത്ത് ജല കണികകളായി ഭൂമിയിൽ പതിച്ചാണല്ലോ, ഇവ വീണ്ടും നീരാവിയായി ഉയർന്നു മഴയായി തുടർന്നു ലഭിക്കും . എന്നാൽ ഇങ്ങനെ ലഭിക്കുന്ന മഴവെള്ളം ഭൂഗർഭ ജലമായി നല്ല അളവ് ഉപയോഗിക്കാൻ കഴിയുന്നില്ല. കേരളത്തിൽ 92 ശതമാനം മഴവെള്ളവും 24 മണിക്കൂർ കൊണ്ട് ഒഴുകി കടലിലെത്തുന്നു. ഒപ്പം ധാരാളം മണ്ണും അലിഞ്ഞു ചേർന്ന് കടലിലെ ത്തുന്നു. മൊത്തം മഴയുടെ 60 ശതമാനം ജൂൺ- ആഗസ്റ്റിലും 20 ശത മാനം തുലാവർഷത്തിലും 20 ശതമാനം വേനൽ മഴയും ആണ്. കേരള ത്തിൽ പലയിടങ്ങളിൽ പല അളവിൽ മഴ ലഭിക്കുന്നു. തീര പ്രദേശങ്ങ ളിൽ 900 മ ി.മീ. വടക്ക് 3500 മി. മീ . മലനാടിൽ 2500 മി.മീ. ഇടനാടിൽ 1400 മി. മീ. ഇടുക്കി, വയനാട് 5000 മി.മീറ്റർ, പാലക്കാട് 2000 മി.മീ എന്നി ങ്ങനെയാണ് മഴയുടെ അളവ്. ശരാശരി 3000 മി.മീറ്റർ മഴ ലഭിക്കുന്നു ണ്ട്. ലോകത്ത് ഏറ്റവും കൂടുതൽ മഴ ലഭിക്കുന്നത് ബ്രസീലിൽ. ഇന്ത്യ രണ്ടാം സ്ഥാനത്ത് ഇന്ത്യയിലെ പ്രതിശീർഷ മഴലഭ്യത 1951 ൽ 3450 ഘന മീറ്റർ ആയിരുന്നു. ഇപ്പോൾ 1820 ഘനമീറ്റർ ആയി കുറഞ്ഞു. കേര ളത്തിൽ ഏറ്റവും കൂടുതൽ മഴ ലഭിക്കുന്നത് ഏറണാകുളം ജില്ലയിലെ നേരിയമംഗലം കുറവ് ഇടുക്കിയിലെ ചിന്നാറുമാണ്.

ജലലഭ്യത കുറഞ്ഞാൽ

ലോകത്ത് ആകമാനം വർഷം പ്രതി ജലലഭ്യത കുറഞ്ഞു വരികയാണ്. 2002 ൽ ആഗോള പ്രതിശീർഷ ലഭ്യത 3500 ഘനമീറ്റർ ആയിരുന്നു. ഓരോ കൊല്ലവും 5 ശതമാനം കണ്ട് കുറയുന്നു. 15 വർഷം ഇത് തുടർന്നാൽ 2023 ൽ ഇന്നത്തേതിന്റെ പകുതി ആകും. 500 ഘനമീറ്ററിൽ ലഭ്യത കുറഞ്ഞാൽ മനുഷ്യജീവിതം തന്നെ അസാധ്യമാകും 5 ശതമാനം വീതം കുറഞ്ഞാൽ എത്ര വർഷം കൊണ്ട് 500 ആകും. നിങ്ങൾ കണക്കാക്കുക. കുറഞ്ഞാൽ മറ്റെന്തൊക്കെ സംഭവിക്കും. കാർഷിക മേഖല ഉണങ്ങിക്കരിയും, കുടിവെള്ളം കിട്ടില്ല. ജീവികൾ നശിക്കും, ഭൂമി മരുഭൂമിയാകും, നദി വറ്റും, പാരിസ്ഥിതിക പ്രത്യാഘാതങ്ങൾ വൻതോതിൽ പ്രകടമാകും.

എന്താണ് വെള്ളം കുറയാൻ കാരണം.

1. വൻതോതിലുള്ള വനനശീകരണം.
2. അശാസ്ത്രീയ ഭൂവിനിയോഗം.
3 ജലാശയം. ജലസ്രോതസ്സുകൾ , ജലവ്യാപന പ്രദേശങ്ങൾ, എന്നിവയുടെ നാശം,

4. പ്രകൃതിവിഭവ സംരക്ഷണം ഉറപ്പാക്കാത്ത് വികസന പ്രവർത്തനം
5. കാർഷിക മേഖലയിലെ മാറ്റം.
6. ആഗോള താപനം
7. വർദ്ധിച്ചുവരുന്ന ജനസംഖ്യ
8. അമിത നഗരവത്ക്കരണവും ജലചൂഷണവും.

ശുദ്ധജലത്തിന്റെ കാര്യമോ

ശുദ്ധജലലഭ്യതയുടെ കാര്യം ഇതിനെക്കാൾ ഭീകരമാണ്, കണക്കു നോക്കൂ. ലോകത്ത് 200 കോടി ജനങ്ങൾ ശുദ്ധജലം കിട്ടാതെ പ്രയാസപ്പെടുന്നുണ്ട്. 22 ആഫ്രിക്കൻ രാജ്യങ്ങളിൽ 50 ശതമാനം ജനങ്ങൾക്ക് മാത്രമേകുടിവെള്ളമുള്ളൂ. ഇന്ത്യയും ശുദ്ധജലക്ഷാമ രാജ്യപ്പട്ടികയിൽ പെടുന്നു. സ്ഥാനം 122 ൽ 120-ാമത്. ലോകജനസംഖ്യയുടെ 40 ശതമാനം ജനങ്ങൾ താമസിക്കുന്ന 80 രാജ്യങ്ങൾ ഗുരുതരമായ ശുദ്ധജലക്ഷാമം നേരിടുന്നു.

ശുദ്ധജലം കുറയുന്നത് എന്തുകൊണ്ട്?

ജലമലിനീകരണമാണ് പ്രധാന കാരണം. ശുദ്ധജലം ഒട്ടേറെ കാരണങ്ങളാൽ മലിനമാക്കപ്പെടുന്നു. ഇതിൽ മഹാഭൂരിപക്ഷവും മനുഷ്യ ഇടപെടൽ മൂലമാണ്. രാസവസ്തുക്കൾ കൊണ്ടുള്ളവയും ജൈവ പദാർഥങ്ങൾ കൊണ്ടും രണ്ടായി മലിനീകരണത്തെ തരംതിരിക്കുന്നു. രാസവസ്തുക്കളിൽ അധികവും വ്യവസായ മാലിന്യങ്ങളിലൂടെയാണ്. അവ താഴെ പറയുന്നു.

രാസമലിനീകരണം.

1. അമ്ലങ്ങൾ: ബാറ്ററി, ഡി ഡി ടി വളങ്ങൾ, ചായങ്ങൾ, മദ്യ-വസ്ത്രനിർമാണം, തുകൽചായങ്ങൾ നിർമാണം എന്നിവ വഴി.
2. ക്ഷാരങ്ങൾ : കമ്പിളിയുടെ മിനുസപ്പെടുത്തൽ. നൂലുല്പാദക വസ്തുക്കൾ വഴി,
3. കൽക്കരി: ശുദ്ധീകരണ ശാലകളിൽ നിന്ന് പുറത്തുവരുന്ന മാലിന്യം.
4. ചായങ്ങൾ: ഉപയോഗിക്കുന്നത് ആന്ത്രാസിൻ, സൈലിൻ, നാഫ്തലിൻ തുടങ്ങിയവ.
5. കൊഴുപ്പുകൾ: മൃഗങ്ങൾ, സസ്യങ്ങൾ, എന്നിവയിൽ നിന്നു ലഭിക്കുന്ന എണ്ണ വഴി

കേരളത്തിന്റെ ജലലഭ്യതയും ആവശ്യവും

	ലഭ്യത	ആവശ്യം
1. ഉപരിതലജലം	24600 ദശലക്ഷം ഘനമീറ്റർ	1652 ലിറ്റർ 1 ദിവസം
2. ഭൂഗർഭജലം	5135 ദശലക്ഷം ഘനമീറ്റർ	780 ലിറ്റർ 1 ദിവസം
3. സംഭരിത ഉപരിതലജലം	5500 ദശലക്ഷം ഘനമീറ്റർ	2432 ലിറ്റർ
1. ഗാർഹിക ആവശ്യം		1226 ദശലക്ഷം ഘനമീറ്റർ
2. പക്ഷിമൃഗാദികൾ		438 ദശലക്ഷം ഘനമീറ്റർ
3. വ്യവസായം		6400 ദശലക്ഷം ഘനമീറ്റർ
4. കരിനില സംരക്ഷണം		5000 ദശലക്ഷം ഘനമീറ്റർ
5. ജലസേചനം		13665 ദശലക്ഷം ഘനമീറ്റർ
ആകെ	35235	26129 ദശലക്ഷം ഘനമീറ്റർ

അവലംബം : ഇക്കണോമിക്സ് ആൻഡ് സ്റ്റാറ്റിസ്റ്റിക്സ് കണക്കുകൾ 2005

6. വാതകമാലിന്യങ്ങൾ : അമോണിയ , ക്ലോറിൻ, ഫോസ്ഫിൻ, ഓസോൺ തുടങ്ങിയവയിൽ നിന്ന്.
7. കീടനാശിനികൾ: രാസകീടനാശിനി പ്രയോഗം മൂലം.
8. പെട്രോളിയം ഉല്പന്നങ്ങൾ വഴി
9. സിന്തറ്റിക് സിറർ, ജന്മകൾ വീടുകൾ, വ്യവസായങ്ങൾ എന്നിവയുടെ ശുചീകരണപ്രവർത്തിനായി ഉപയോഗിക്കുന്നതിലൂടെ.

ജൈവമലിനീകരണം.

1. ബാക്ടീരിയ, വൈറസ്, ആൽഗകൾ എന്നിവ വഴി

2. മണ്ണ് മലിനീകരണം, രാസവളം, കീടനാശിനി, കൽക്കരി, ധാതുക്കൾ, പ്ലാസ്റ്റിക്കുകൾ ഉൾപ്പെടെ ഉപയോഗിക്കുന്നതിലൂടെ ഭൂഗർഭ ജലമടക്കമുള്ള ശുദ്ധജലത്തിന്റെ അമിത ചൂഷണവും ശുദ്ധജലലഭ്യത കുറയുന്നതിന് മറ്റൊരു കാരണമാണ്.

മുൻപന്തിയിൽ ആരാണ്.

1. ലോകത്തിൽ അഞ്ചിലൊന്നു ഭാഗം വരുന്ന സമ്പന്ന വിഭാഗം 80 ശത

മാനം ജലവും ജലസംബന്ധ വസ്തുക്കളും ഉപയോഗിക്കുന്നു.

2. ബഹുരാഷ്ട്ര കുത്തക കമ്പനികൾ നടത്തുന്ന വൻ വെള്ളക്കച്ചവടം വഴി വലിയ ചൂഷണം നടക്കുന്നു.

3. ചേരിപ്രപദേശങ്ങളിലെ ഒരു വ്യക്തി 20 ലിറ്റർ വെള്ളമെടുക്കാൻ 3 മണിക്കൂർ കാത്തു നിൽക്കേണ്ടി വരുന്നു.

മണ്ണ് ജലസംരക്ഷണ പ്രവർത്തനം എന്തിന്, എങ്ങനെ?

ഒരു പ്രദേശത്തിന്റെയോ, സമൂഹത്തിന്റെയോ, സമഗ്രവും, ശാസ്ത്രീയവും സുസ്ഥിരവുമായ വികസനം നടക്കണമെങ്കിലും ജീവജാലങ്ങളുടെ പരമ്പര തലമുറകൾ മുമ്പോട്ടു നീങ്ങണമെങ്കിലും മണ്ണും വെള്ളവും സംരക്ഷിച്ചു നിർത്തിയേ പറ്റൂ. ഇതിന് നാം സ്വീകരിക്കേണ്ട നടപടികൾ എന്തൊക്കെയെന്നു നോക്കാം.

ജലത്തിന്റെ ഒഴുക്കും വ്യാപനവും നിയന്ത്രിക്കുന്നത് പ്രദേശത്തെ ഭൂപ്രകൃതിയാണ്. അത് കൊണ്ട് തന്നെ പെയ്യുന്ന മഴവെള്ളം ഒഴുകി ഒരു ദിശയിൽ എത്തിച്ചേർന്ന് തോടുകളായി പുഴകളെ സ്വീകരിക്കും. ഇങ്ങനെയുള്ള വൃഷ്ടിപ്രദേശങ്ങളെ നീർത്തടയൂണിറ്റുകളാക്കി വിവിധ സംരക്ഷണമുറകൾ സ്വീകരിക്കാം.

നീർമറി: എന്നു നിങ്ങൾ കേട്ടിട്ടില്ലേ, വൃഷ്ടി പ്രദേശത്തെയാണ് നീർമറി പ്രദേശങ്ങൾ എന്നു പറയുന്നത്.

ജലക്ഷാമം ഇനിയും തുടർന്നാൽ

1. കാർഷിക മേഖലയിൽ തകർച്ച, ഭക്ഷ്യക്ഷാമം
2. വ്യവസായ മാന്ദ്യം. തൊഴിലില്ലായ്മ
3. വരൾച്ച. നദിയും ജലസ്രോതസ്സുകളും വറ്റൽ
4. മത്സ്യസമ്പത്തിനും നാശം
5 ജീവന്റെ നിലനില്പിനും ഭീഷണി
6. പകർച്ചവ്യാധികളുടെ വ്യാപനം.
7. രാഷ്ട്രങ്ങൾ തമ്മിൽ ജലത്തിനുവേണ്ടിയുള്ള യുദ്ധസാധ്യതകൾ
8. പ്രകൃതി വ്യവസ്ഥയിലെ മാറ്റം

സംരക്ഷണ നടപടികൾ

1. മഴക്കുഴികൾ നിർമിക്കൽ : ഒഴുകുന്ന വെള്ളത്തെ അതാതിടത്ത് കുഴിയെടുത്ത് അതിൽ ഇറക്കി സംരക്ഷിക്കുന്നു. ചരിഞ്ഞ പ്രദശങ്ങളിൽ സ്വീകരിക്കാം.
2. സമോച്ഛരേഖാചാലുകൾ : ചരിവുപ്രദേശങ്ങളിൽ സമാന്തരമായി കുറുകെ ചാലുകളെടുക്കൽ.
3. തട്ടകളാക്കൽ : പ്രദേശത്ത് മണ്ണ് വെട്ടി ലവൽ ചെയ്തു തട്ടുകളാക്കൽ - താഴ്ഭാഗം പുല്ലുകൾ വച്ചുപിടിപ്പിച്ച് മണ്ണൊലിപ്പ് തടയൽ.
4. മണ്ണ്കൊണ്ടുള്ള ബണ്ട് : മണ്ണുകൊണ്ട് ബണ്ടുണ്ടാക്കി മുകളിൽ സസ്യാവരണം പിടിപ്പിച്ചുനിർത്തുക.
5. തടമെടുക്കൽ : ചെടികളുടെ ചുവട്ടിൽ തടം എടുക്കൽ.
6. കല്ല് കയ്യാലകൾ : ചരിവ് കൂടുതലുള്ള സ്ഥലങ്ങളിൽ കല്ല് കയ്യാലകൾ നിർമിച്ച് (ഒരു മീറ്റർ ഉയരം ഒന്നര അടി വീതി) മണ്ണൊലിപ്പ് തടയുക.
7. തടയണകൾ : നീരൊഴുക്കിന്റെ വേഗത കുറക്കാൻ കുറുകെ പാഴ്ത്തടിയിട്ട് തടയണ നിർമിക്കൽ.
8. ചെക്ക്ഡാം: നല്ല നീരൊഴുക്കുള്ള തോട്ടിൽ കുറുകെ ചെക്ക്ഡാം നിർമിച്ച് വേനലിൽ ജലംകെട്ടി നിർത്തി ഉപയോഗിക്കാം.
9. ജലസംഭരണികൾ : കോൺക്രീറ്റ് കെട്ടിടങ്ങളിൽ നിന്നും വീഴുന്ന വെള്ളം പൈപ്പുവഴി തിരിച്ച് വലിയ സംഭരണിയിൽ നിറച്ച് വേനലിൽ ഉപയോഗിക്കാം.

ഇന്ത്യയുടെ തണ്ണീർത്തടങ്ങൾ

തണ്ണീർത്തടം	സംസ്ഥാനം
ഭോജ്	മധ്യപ്രദേശ്
ഹരികെ, കാഞ്ചിലി	പഞ്ചാബ്
തിസൊ, മൊറാറി	ജമ്മുകാശ്മീർ
പിച്ചോള, സാന്മാർ	രാജസ്ഥാൻ
ചൽക	ഒറീസ
ഉജിനി	മഹാരാഷ്ട്ര
അഷ്ടമുടി	കേരളം
ശാസ്താംകോട്ട	കേരളം
വേമ്പനാട്	കേരളം
കെല്ലേറു	ആന്ധ്ര
ലോക്തക്ക്	മണിപ്പൂർ
സുഖ്ന	ചണ്ഡീഗഡ്
കാബർ	ബീഹാർ
നാൽസരോവർ	ഗുജറാത്ത്
കിഴക്കൻ കൊൽക്കത്ത	പശ്ചിമ ബംഗാൾ

കേരളത്തിൽ 32 പ്രകൃതിദത്ത തണ്ണീർത്തടങ്ങളും 21 മനുഷ്യനിർമിത തണ്ണീർത്തടങ്ങളുമുണ്ട്. സസ്യങ്ങൾ, വൃക്ഷങ്ങൾ എന്നിവയുടെ സഹായത്താൽ ചെയ്യുന്ന രീതികളാണിത്.

ജൈവരീതികൾ

സസ്യങ്ങൾ, വൃക്ഷങ്ങൾ എന്നിവയുടെ സഹായത്തോടെ ചെയ്യുന്ന രീതികളാണിവ.

1. **വൃക്ഷവൽക്കരണം :** ഒഴിഞ്ഞിടങ്ങളിലും പുഴയോരങ്ങളിലുമെല്ലാം മരങ്ങൾ വച്ചുപിടിപ്പിക്കുക.
2. **പുതയിടൽ :** മണ്ണിലെ ജലാംശം ബാഷ്പീകരിച്ചും ഒലിച്ചും നഷ്ടപ്പെടാതിരിക്കാൻ ജൈവവസ്തുക്കൾ മണ്ണിന്റെ ഉപരിതലത്തിൽ ഇട്ട് സംരക്ഷിക്കുക.
3. രാമച്ചം, പുല്ല് എന്നിവ വച്ചുപിടിപ്പിക്കുക.
4. പറമ്പുകളുടെ അതിർത്തികളിൽ 'ശീമക്കൊന്ന' പോലുള്ള ജൈവവേലി സൃഷ്ടിക്കുക.
5. കാർഷികവൃത്തികളെല്ലാം മണ്ണിനുകുറുകെയാക്കുക.

6. തൂർന്നുപോയ ജലാശയങ്ങൾ പുനരുദ്ധരിക്കുക.
7. സമ്മിശ്രകൃഷിയും - ഒരു കൃഷിടിയത്തിൽ തന്നെ പലതട്ടുകളായി വളരുന്ന ബഹുവിധകൃഷിയും ചെയ്യുക.
8. മണ്ണിനെ പൊതിയുന്ന ആവരണ സസ്യങ്ങൾ കൃഷിചെയ്യുക.
9. നെൽകൃഷിയിടം സംരക്ഷിക്കുക.
10. പ്ലാസ്റ്റിക്കുകൾ നിർമാർജനം ചെയ്യുക.
11. ജൈവവളങ്ങൾ പരമാവധി മണ്ണിൽ നിക്ഷേപിക്കുക.
12. ജലസേചനം ശാസ്ത്രീയമാക്കുക.

കാലാവസ്ഥയ്ക്ക് കാവലാളാവുക

എല്ലാവർഷവും മാർച്ച് 23 ലോക കാലാവസ്ഥാദിനമായി ആചരിക്കുന്നു. 189 രാജ്യങ്ങളിൽ നടക്കുന്ന ഈ പ്രവർത്തനങ്ങൾക്ക് തുടക്കം കുറിച്ചത് ലോകകാലാവസ്ഥ സംഘടന (WMO - World Meteriological Organization) യാണ്. സംഘടനയുടെ രൂപീകരണ ദിനമാണ് കാലാവസ്ഥാ ദിനമായി നിശ്ചയിച്ചിരിക്കുന്നത്. ഐക്യരാഷ്ട്രസംഘടനയുടെ പ്രത്യേക ഏജൻസിയായി 1951 മുതൽ WMO യെ പരിഗണിക്കുന്നു. കാലാവസ്ഥാ വ്യതിയാനവുമായി ബന്ധപ്പെട്ട അന്താരാഷ്ട്ര പാനലിൻറെ (IPCC - Inter Governmental Panel on Climate Change) നേതൃത്വത്തിലാണ് കാലാവസ്ഥാദിന പ്രവർത്തനങ്ങൾ നടക്കുന്നത്.

ഭൂമിയിൽ ജീവന്റെ നിലനിൽപ്പ് അപകടത്തിലാക്കാൻ ആഗോളതാപനത്തിനും അതുവഴി ഉണ്ടാകുന്ന കാലാവസ്ഥാമാറ്റത്തിനും കഴിയുമെന്ന് ലോകം തിരിച്ചറിഞ്ഞു കഴിഞ്ഞിട്ടുണ്ട്. എന്നാൽ ഇതിന്റെ അടിസ്ഥാനത്തിൽ തങ്ങളുടെ ജീവിതക്രമത്തിൽ ആവശ്യമായ മാറ്റം വരുത്താൻ ഭൂരിപക്ഷം പേരും തയ്യാറാവുന്നില്ല. കാലാവസ്ഥാദിനം കാലാവസ്ഥാമാറ്റത്തിന്റെ കാരണങ്ങളും അതിനെതിരായി സ്വീകരിക്കേണ്ട നടപടികളും സംബന്ധിച്ച വ്യാപകമായ ചർച്ചയ്ക്ക് അവസരമാകണം.

ആഗോളതാപനം

കാലാവസ്ഥാ മാറ്റത്തിന് പ്രധാന കാരണമായി ശാസ്ത്രലോകം കരുതുന്നത് ചില വാതകങ്ങൾ ഭൗമാന്തരീക്ഷത്തിൽ വർധിക്കുന്നതാണ്. ഇതിന്റെ ഫലമായി അന്തരീക്ഷത്തിലെ ചൂട് ക്രമേണ ഉയർന്നുവരുന്നു. ഈ വാതകങ്ങളാണ് ഹരിതഗൃഹവാതകങ്ങൾ. ഇവ സൂര്യനിൽ നിന്ന് വരുന്ന ആവൃത്തി കൂടിയ വികിരണങ്ങളെ കടത്തിവിടുന്നു എന്നാൽ ഭൂമിയിൽ നിന്നും അതിലെ വസ്തുക്കളിൽ നിന്നും പ്രതിഫലിപ്പിക്കുന്ന

ചൂടിനെ ആഗിരണം ചെയ്യുന്നു. ഇതിന്റെ ഫലമായി അന്തരീക്ഷം ചൂടു പിടിക്കുന്നു. ഈ പ്രതിഭാസമാണ് ഹരിതഗൃഹപ്രഭാവം. ഹരിതഗൃഹ വാതകങ്ങളും അവ സൃഷ്ടിക്കുന്നഹരിതഗൃഹ പ്രഭാവവും ഇല്ലായിരുന്നെങ്കിൽ അന്തരീക്ഷത്തിലെ താപനില വളരെ താണ് ഭൂമിയിൽ മനുഷ്യവാസം അസാധ്യമായേനെ! എന്നാൽ മനുഷ്യന്റെ ഇടപെടൽ മൂലം അന്തരീക്ഷത്തിൽ കാർബൺഡൈഓക്സൈഡ്, മീഥേൻ, ക്ലോറോ ഫ്ളൂറോ കാർബൺ, നൈട്രസ് ഓക്സൈഡ് തുടങ്ങിയ ഹരിതഗൃഹവാതകങ്ങളുടെ അളവ് വർധിക്കുകയും ഭൗമാന്തരീക്ഷത്തിന്റെ താപനിലയിൽ വർധന ഉണ്ടാകുകയും ചെയ്യുന്നു. ഇതാണ് വർധിച്ച ഹരിത ഗൃഹപ്രഭാവം അഥവാ ആഗോള താപനം.

കാലാവസ്ഥാ വ്യതിയാനം.

ആഗോള താപനം ഭൂമിയിലെ കാലാവസ്ഥയെ മാറ്റിമറിക്കും. സമുദ്രനിരപ്പ് ഉയരും. തീരദേശവാസികളുടെ ജീവിതത്തെ പ്രതികൂലമായി ബാധിക്കും. ലോകത്തെ ചില രാജ്യങ്ങളെയും പട്ടണങ്ങളെയും കടൽകവർന്നെടുക്കും. ഋതുഭേദങ്ങൾ പ്രവചനാതീതമാകും. മനുഷ്യന്റെ കണക്കുകൂട്ടലുകൾ തെറ്റിച്ച് മഴക്കാലവും പൂക്കാലവും വരൾച്ചയും കടന്നുവരും. താപനില ഉയരുന്നതോടെ വായു മലിനമാകും. ഇത് മനുഷ്യനും മറ്റ് ജീവജാലങ്ങൾക്കും ഗുരുതര രോഗങ്ങൾ വരുത്തും. കലാവസ്ഥാ മാറ്റം ഭക്ഷ്യസുരക്ഷ ഇല്ലാതാക്കും. കൃഷിയിൽ ഏൽക്കുന്ന കനത്ത ആഘാതങ്ങളുടെ ഫലമായി ഭക്ഷ്യവസ്തുക്കളുടെ ഉൽപാദനത്തിൽ കുറവ് വരുന്നതാണ് ഇതിനു കാരണമാകുന്നത്.

നീരൊഴുക്ക് കുറയുകയും മഞ്ഞുവീഴ്ച കുറയുകയും ഉഷ്ണക്കാറ്റ് കൂടുകയും ചെയ്യും. കൊടുങ്കാറ്റുകളുടെ ശക്തി വർധിക്കുന്നതിനോടൊപ്പം പകുതി കാറ്റുകൾ രൂപം കൊള്ളും.

ഭൂമിക്ക് കാവലാളാവാം

ലോക കാലാവസ്ഥാദിനം ഉയർത്തുന്ന ചിന്തകൾ ഭൂമിയെ സംരക്ഷിക്കുന്നതിനുള്ള പ്രവർത്തനം ഏറ്റെടുക്കുന്നതിന് വേണ്ടിയാവട്ടെ.

- ജല ഉപയോഗത്തിൽ സ്വയം നിയന്ത്രണം ഏർപ്പെടുത്തുക. മഴവെള്ള സംഭരണ പ്രവർത്തനം ഏറ്റെടുക്കുക.
- മരങ്ങൾ സംരക്ഷിക്കുക, പരമാവധി മരങ്ങൾ വെച്ചുപിടിപ്പിക്കുന്നതിനൊപ്പം കാവുകൾ, വനങ്ങൾ എന്നിവ സംരക്ഷിക്കുക. മരം നട്ട് വളർത്തുക.

▸ വൈദ്യുതി ഉപയോഗം കുറച്ചും മാലിന്യം ശാസ്ത്രീയമായി സംസ്കരിച്ചും ഹരിതഗൃഹവാതകങ്ങൾ വർധിക്കാനിടയായ സാഹചര്യം ഒഴിവാക്കുക.

മേൽ സൂചിപ്പിച്ചത് ഏവർക്കും ഏറ്റെടുക്കാൻ കഴിയുന്ന പ്രവർത്തനങ്ങളിൽ ചിലതാണ്. കരുതലോടെ പ്രവർത്തിച്ചില്ലെങ്കിൽ ഭൂമിയിൽ ജീവന്റെ സാന്നിധ്യം ഇല്ലാതാകും. കാലാവസ്ഥാദിനം നമ്മളിൽ ഉയർത്തുന്ന ചിന്തകൾ ഭൂമിക്ക് കാവലാളാവാൻ സ്വയം കരുത്താർജിക്കുക എന്നതാവട്ടെ!

നമ്മുടെ ഭക്ഷണം അവരുടെ ഭക്ഷണം

തവിടു കലർന്ന അരി നമുക്ക് അറപ്പാണ്. വെളുപ്പിച്ച തുമ്പപ്പൂ ചോറാണ് ഇഷ്ടം. കപ്പയും കാമ്പും, കൂമ്പും ചേമ്പും താളും മുത്താറിയും ചാമയും ഒന്നും തന്നെ നമ്മുടെ ഭക്ഷണപ്പട്ടികയിൽ വരുന്നേയില്ല. ഫാസ്റ്റ് ഫുഡ്ഡും ഫ്രിഡ്ജിലെ ഭക്ഷണവുമുണ്ടാക്കുന്ന രോഗങ്ങളെകുറിച്ച് എട്ടിലെയും, ഒമ്പതിലെയും കൂട്ടുകാർക്ക് പഠിക്കാനുണ്ടല്ലോ... ഇതാ, അന്നവിചാരത്തിന് ചില കൂട്ടിച്ചേർക്കലുകൾ....

നമ്മുടെ നാട്ടിൽ കൂണുകൾപോലെയാണ് ആശുപത്രികൾ മുളച്ചുപൊങ്ങുന്നത്. ചികിത്സാ സൗകര്യങ്ങൾ വർധിക്കുന്നത് നല്ലതു തന്നെ. എന്നാൽ ആശുപത്രികൾ കൂടിയിട്ടും രോഗികളുടെ എണ്ണം കുറയുന്നുണ്ടോ? ഇല്ല. എന്തുകൊണ്ടാണിങ്ങനെ സംഭവിക്കുന്നത്. എവിടെയാണ് പൊരുത്തക്കേട്?

ജീവിതശൈലീരോഗങ്ങൾ എന്ന് നിങ്ങൾ കേട്ടിരിക്കും, ആധുനിക വൈദ്യശാസ്ത്രം രോഗങ്ങളെ തരം തിരിച്ചതിൽ പ്രധാനപ്പെട്ട ഒന്നാണ് ജീവിതശൈലീരോഗങ്ങൾ. യുവാക്കളും മധ്യവയസ്കരും മാത്രമല്ല കൗമാരക്കാർ വരെ ഇതിന്റെ പിടിയിലാണ്. പ്രമേഹം, രക്തസമ്മർദം, ഹൃദ്രോഗം, കാൻസർ, കരൾ, വൃക്ക- ആമാശയരോഗങ്ങൾ തുടങ്ങിയവ ഇതിൽ പ്രധാനം.

നമ്മുടെ ഭക്ഷണരീതിയിലും ദിനചര്യയിലും വന്ന മാറ്റത്തിന്റെ ഫലമാണത്രേ ഇത്തരം രോഗങ്ങൾ. പാശ്ചാത്യരാജ്യങ്ങളിൽ ഇത് വൻതോതിൽ വർധിച്ചു. നമ്മുടെ നാട്ടിലും ഇത് ഭീഷണിയായി മാറുന്നുണ്ടെന്ന് ആരോഗ്യ സർവെ വെളിപ്പെടുത്തുന്നു.

പഴമക്കാരുടെ ആരോഗ്യ രഹസ്യം

നിങ്ങളുടെ മുത്തശ്ശിമാരെയും മുത്തച്ഛന്മാരെയും ശ്രദ്ധിച്ചുനോക്കൂ, എൺപതുകഴിഞ്ഞിട്ടും അവർ കണ്ണടയില്ലാതെ വായിക്കുന്നു. കഥകൾ പറഞ്ഞുതരുന്നു. ഏറെ ദൂരം നടക്കുന്നു പാടത്ത് പോയി മണ്ണ് കോരുന്നവരും മഴയും വെയിലുമേറ്റാലും ശരീരത്തിന് യാതൊരു പ്രയാസമില്ലാത്തവരും ഇവരിൽ ഉണ്ടാവും. പ്രകൃതിയോട് പൊരുത്തപ്പെട്ട് കഴിയുന്നവരാണ് അവർ. നമ്മളോ? രണ്ടു കി.മീ. ദൂരമുള്ള സ്കൂളിലെത്താൻ ബസ്സോ മറ്റ് വാഹനമോ വേണം. ശരീരത്തിൽ മണ്ണ് പുരണ്ടാൽ ചൊറിച്ചിൽ, നെല്ല് തൊട്ടാൽ അലർജി, വെയിൽ കൊണ്ടാൽ തളർച്ച, ഇങ്ങനെ എന്തെല്ലാം പ്രയാസങ്ങൾ. അല്ലേ? ഇതിനർഥം നമുക്കും അവർക്കും ജീവിതരീതിയിൽ കാര്യമായ മാറ്റം ഉണ്ടെന്നല്ലേ. ഇവയിൽ പ്രധാനം ഭക്ഷണമാണ്.

സ്വയം നട്ടുനനച്ചുണ്ടാക്കുന്നതും കാട്ടിൽ നിന്നും തൊടികളിൽ നിന്നും ലഭിക്കുന്നതുമായ കായ്കറികളും പഴങ്ങളും ധാന്യങ്ങളും പയറുവർഗങ്ങളും എല്ലാമാണ് പഴമക്കാർ കഴിച്ചത്. ധാരാളം ഊർജവും പോഷകാംശങ്ങളും ഇവയിലുണ്ട്.

നമ്മുടെ ഭക്ഷണം

രുചിക്ക് പ്രാധാന്യം നൽകി ഉണ്ടാക്കുന്ന ഭക്ഷണമാണ് നമുക്കിഷ്ടം. നാരുകളില്ലാത്ത ശരീരത്ത് ഒട്ടിപ്പിടിക്കുന്ന മൈദമാവും കൃത്രിമ നിറ, രുചി വസ്തുക്കളും ചേർത്തുണ്ടാക്കുന്ന ബേക്കറി ഉല്പന്നങ്ങൾ , വിഷം ചേർക്കുന്ന ശീതളപാനീയങ്ങൾ, കൊതിയൂറുന്ന വർണ മിഠായികൾ, പലവട്ടം വറുത്തെടുത്ത എണ്ണയിൽ പാകം ചെയ്യുന്ന എണ്ണപ്പലഹാരങ്ങൾ, ഫ്രിഡ്ജിൽ ദിവസങ്ങളോളം സൂക്ഷിച്ച് കേടുവരുത്തി ഉപയോഗിക്കുന്ന ഭക്ഷണവസ്തുക്കൾ, കൊഴുപ്പു കൂട്ടുന്ന മത്സ്യം, മാംസം, മുട്ട, പാൽ ഉല്പന്നങ്ങൾ ഇങ്ങനെ പോകുന്നു. തവിടു കലർന്ന അരി നമുക്ക് അറപ്പാണ്. വെളുപ്പിച്ച തുമ്പപ്പൂ ചോറാണ് ഇഷ്ടം. കപ്പയും കാമ്പും കൂമ്പും, ചേമ്പും താളും മുത്താറിയും ചാമയും ഒന്നും നമ്മുടെ ഭക്ഷണ പട്ടികയിൽ വരുന്നേയില്ല.

ഭക്ഷണം പോലെ പ്രധാനമാണ് വ്യായാമം. ശരീരത്തിന്റെ കോശവളർച്ചയ്ക്കും നാഡീവ്യൂഹപ്രവർത്തനങ്ങൾക്കും ഊർജ വിനിയോഗത്തിനും രക്തചംക്രമണ പ്രവർത്തനത്തിനും വ്യായാമം അനിവാര്യം. പൂർവികർക്ക് പ്രത്യേക വ്യായമമുറയൊന്നുംആവശ്യമുണ്ടായിരുന്നില്ല.

അവർ മണ്ണിൽ പണിയെടുക്കുന്നവരാണ്, പ്രകൃതിയുമായി ഇണങ്ങിയാണ് ജീവിതം. എന്നാൽ വ്യായാമമില്ലാത്തതാണ് നമ്മുടെ ജീവിതം. പ്രകൃതി യുമായി അകന്ന് ജീവിക്കുന്നവരാണ് നാം.

ശീലിക്കേണ്ടത്

- ഭക്ഷണത്തിൽ ധാന്യങ്ങൾ, പയറുവർഗങ്ങൾ, പച്ചക്കറി, കിഴങ്ങു വർഗ ങ്ങൾ, ഇലക്കറികൾ, പഴങ്ങൾ എന്നിവയക്ക് സ്ഥാനം നൽകുക.
- തവിടു കലർന്ന അരി ഭക്ഷണം ശീലമാക്കുക
- പയറുവർഗങ്ങൾ കഴിക്കുമ്പോൾ ലഘുവായി മുളപ്പിക്കുക.
- പച്ചക്കറിയും പഴവർഗങ്ങളും അധികം വേവിക്കാതെ കഴിക്കുക.
- അണ്ടിപ്പരിപ്പ്, മുളപ്പിച്ച കടല എന്നിവ തിന്നുക.
- അമിത ഭക്ഷണം ഒഴിവാക്കുക, വിശക്കുമ്പോൾ മാത്രം കഴിക്കുക.
- പഞ്ചസാര വെളുത്ത വിഷമാണ്. ശർക്കര ശീലിക്കുക.
- ഒട്ടിപ്പിടിക്കുന്ന നാരില്ലാത്ത മൈദ പലഹാരങ്ങൾ ഒഴിവാക്കുക.
- ബേക്കറി ഉല്പന്നങ്ങൾ കുറക്കുക.
- കളർചേർത്ത വസ്തുക്കൾ ഒഴിവാക്കുക
- പാൽ, മുട്ട, മാസം എന്നിവയ്ക്ക് അമിത പ്രാധാന്യം വേണ്ട ലഹരി വസ്തുക്കൾ ഉപയോഗിക്കരുത്.

അവരുടെ ഭക്ഷണം

പഴമക്കാരുടെ ഭക്ഷണരീതികൾ പലതും ഇന്ന് അന്യമായിക്കൊണ്ടി രിക്കുന്നു. പ്രകൃതിയുമായി ഇണങ്ങി ജീവിച്ച അവർക്ക് പ്രകൃതിയിൽ നിന്നും ലഭിക്കുന്ന എന്തും ഭക്ഷണമായിരുന്നു. പോഷകസമ്പന്നമായ അത്തരം ചില വിഭവങ്ങളെ പരിചയപ്പെടുക.

പഴഞ്ചോറും തൈരും: പഴമക്കാരുടെ പ്രഭാത ഭക്ഷണമാണിത്. വടക്കേ മലബാറിൽ രാവിലെ കുളുത്ത് കഴിക്കുക എന്നത് ശീലമായിരുന്നു. മൺകലത്തിൽ തലേദിവസം പാകം ചെയ്ത് അടച്ചുവെച്ച ചോറാണ് പഴഞ്ചോർ. കറിക്ക് തൈരുടച്ച് ഉപ്പും മുളകും ചേർത്തോ മീൻകറിയോ ഉപയോഗിക്കും.

കപ്പയും മീനും: കപ്പയും മീനും ചേർന്നുള്ള കിഴങ്ങുകറി വൈകീട്ടത്തെ ഇടവേള ആഹാരമാണ്. സമ്പൂർണ ആഹാര ഗണത്തിൽ ആരോഗ്യ ശാസ്ത്രം ഇതിനെ കാണുന്നു.

കാടിക്കഞ്ഞി : തവിടോടു കൂടിയ അരി കഴുകിയ വെള്ളം മൺകലത്തിൽ അടച്ചുവെച്ച് മൂന്നു നാലു ദിവസത്തിനു ശേഷം തെളിയൂറ്റി അടിയിലെ സത്തെടുത്ത് നുറുക്കരിയും ചേർത്ത് പായസപ്പരുവത്തിൽ വേവിച്ച ശേഷം കഴിക്കും. വിറ്റാമിൻ ബി, സി എന്നിവ ഇതിൽ ധാരാളം ഉണ്ട്.
ചാമച്ചോറ്: സ്വാദിഷ്ഠമായ ഒരു ധാന്യമാണ് ചാമ. കുത്തിവെളുപ്പിച്ച ചാമ പായസപ്പരുവത്തിലും വറ്റിച്ചെടുത്ത് നെയ്ചോർ പരുവത്തിലും വേവിക്കും. തേങ്ങ ചിരകി ചേർത്ത് കഴിച്ചാൽ വിശപ്പും ക്ഷീണവും മാറും.

മുത്താറി(കൂവരക്): വിറ്റാമിൻ ബി , സി അടങ്ങിയ ധാന്യമാണ് മുത്താറി. കൊച്ചു കുട്ടികൾക്ക് ഇതരച്ച് പിഴിഞ്ഞെടുത്ത സത്ത് പാലും മധുരവും ചേർത്ത് നൽകുന്നത് നല്ലതാണ്. ഇത് നമ്മുടെ പൂർവികരുടെ പ്രധാന ഭക്ഷണമായിരുന്നു, മുത്താറി കൊണ്ട് വിവിധ അപ്പവും പലഹാരവും ഉണ്ടാക്കും .

തുവരപ്പായസം: തുവര പോഷകസമൃദ്ധമായ ഒരു പയറുവർഗമാണ്. ഉണങ്ങിയ തുവര ശർക്കര ചേർത്തുണ്ടാക്കുന്ന പായസം സ്വാദിഷ്ഠമാണ്.

മൂടക്കടമ്പ്: വരിക്കച്ചക്കപ്പഴത്തിന്റെ ചുളയും അരിയും ചേർത്തരച്ച് ശർക്കരയും തേങ്ങയും ചേർത്ത് വാഴയിലയിൽ വേവിച്ചെടുക്കുന്ന മൂടക്കടമ്പ് പ്രധാന പലഹാരമാണ്.

ഈന്തപ്പം: ഈന്തിന്റെ കായ പിളർന്നെടുത്ത പരിപ്പും അരിയും ചേർത്ത് വേവിച്ചെടുക്കുന്നതാണ് ഈന്തപ്പം. വിറ്റാമിൻ ധാരാളം ചേർന്നതാണിത്.

കൂവപ്പൊടി പായസം: ബ്ലാത്തി കൂവ്വ (വെളുത്തത്) കിഴങ്ങ് ഇടിച്ചു പിഴിഞ്ഞ് അരിച്ചെടുത്ത നൂറുണങ്ങിയ പൊടി നേരിയ പായസപരുവത്തിൽ തിളപ്പിച്ച് മധുരം ചേർത്ത് കഴിക്കാൻ നല്ല സ്വാദാണ്. വയറിളക്കം വന്നാൽ ഔഷധമായും ഉപയോഗിക്കും.

പനനൂറ് : മൂത്ത് പ്രായമായ പന മുറിച്ച് പിളർന്ന് ഉള്ളിലെ മൃദു കാമ്പ് ഇടിച്ചു പിഴിഞ്ഞെടുത്ത് ഉണക്കിയതാണ് പനനൂറ്. ക്ഷാമകാലത്ത് ഇത് ഭക്ഷണമായി ഉപയോഗിച്ചിരുന്നു.

കാവത്ത് കിഴങ്ങ്: ചെറുവക്കിഴങ്ങ്, നനക്കിഴങ്ങ്, പൊടിക്കിഴങ്ങ്, കാട്ടുകിഴങ്ങ് തുടങ്ങിയ കിഴങ്ങു വർഗങ്ങൾ കാട്ടിൽ നിന്നും ശേഖരിച്ചും നട്ടുവളർത്തിയും ഉപയോഗിച്ചിരുന്നു. ഇവ ഔഷധവീര്യമുള്ളവയാണ്.

മക്രോണി: രണ്ടാംലോക മഹായുദ്ധകാലത്തുണ്ടായ ക്ഷാമകാലത്ത് പ്രധാന ആഹാരമായിരുന്നു മക്രോണി. മരച്ചീനിയിൽ നിന്ന് രൂപപ്പെടുത്തിയതാണ് ഇത്.

താള്, തകര: താളും തകരയും ഔഷധവീര്യമുള്ള ഇലക്കറികളാണ്.

മാമ്പഴക്കച്ച്: മാമ്പഴക്കാലത്ത് കിട്ടുന്ന പഴുത്ത മാങ്ങ ഉരലിൽ ഇടിച്ച് ചാറെടുത്ത് പുത്തൻ തഴപ്പായയിൽ പുരട്ടി ഉണക്കി എടുക്കുന്നതാണ് മാമ്പഴക്കച്ച്, മാമ്പഴക്കാലമല്ലാത്ത സമയത്ത് ഇത് ഭക്ഷ്യവസ്തുവായി ഉപയോഗിക്കുന്നു.

ഉപ്പിലിട്ട മാങ്ങയും അമ്പഴങ്ങയും: കണ്ണിമാങ്ങയും മൂത്ത പച്ചമാങ്ങയും അമ്പഴങ്ങയും മൺഭരണിയിലോ, ചീന ഭരണിയിലോ ഉപ്പിലിട്ട് ഭദ്രമായി കെട്ടി മൂന്നു നാലു മാസങ്ങൾക്കു ശേഷം കറിക്കുപയോഗിക്കും.

കർക്കിടക കഞ്ഞി: കർക്കിടകമാസത്തിൽ പ്രത്യേക ആയൂർവേദമരുന്നുകൾ ചേർത്തുണ്ടാക്കുന്നതാണ് കർക്കിടക കഞ്ഞി. പഴമക്കാരുടെ ഒരു പ്രധാന ഔഷധക്കഞ്ഞി കൂടിയാണിത്.

തെങ്ങിൻ ചക്കര: നമ്മുടെ പൂർവ്വികർ ഉപയോഗിച്ച മധുരവസ്തുവായിരുന്നു തെങ്ങിൻ ചക്കര. ചക്കരയും തേങ്ങയും അവിലും ചേർത്തുള്ള അവിൽ കുഴച്ച ആഹാരവസ്തു വിവാഹ സദ്യക്കിടയിലെ അതിഥി വിഭവം കൂടിയായിരുന്നു.

നെല്ലിന്റെ നാനാർഥങ്ങൾ

മഴ തിമിർക്കുകയാണ്. നമ്മുടെ ജീവിതവുമായി ഇഴുകി ചേർന്ന അനുഭവമാണ് മഴ. മഴക്കാലം കൃഷിക്കാലം കൂടിയാണ്. കൃഷി നമ്മുടെ ഭാഷയ്ക്കും സാഹിത്യത്തിനും കലകൾക്കും സംസ്കാരത്തിനുമെല്ലാം ഒട്ടേറെ സംഭാവനകൾ നൽകിയിട്ടുണ്ട്. മലയാളിയുടെ ജീവിതത്തിന്റെ സമസ്ത മേഖലകളെയും സ്വാധീനിച്ചിരുന്ന കാർഷിക സംസ്കാരത്തെ കുറിച്ച് സമഗ്രമായ പഠനം ആവശ്യമാണ്. മഴ കൃഷി, കാലാവസ്ഥ, ഭക്ഷണം കർഷകസമരങ്ങൾ തുടങ്ങിയ വിഷയങ്ങളെകുറിച്ച് വിവിധ ക്ലാസുകളിൽ (പത്താംതരം സാമൂഹ്യശാസ്ത്രത്തിലെ കേരളപുതുമ, ഒമ്പതാംതരം അടിസ്ഥാന പാഠാവലിയിലെ അന്നവിചാരം മുന്ന വിചാരം, എട്ടാംതരം കേരള പാഠാവലിയിലെ ഉർവരതയുടെ സംഗീതം) കൂട്ടുകാർക്ക് പഠിക്കുവാനുണ്ടല്ലോ, അതിന് സഹായകമായ വിവിധ കൃഷി പാഠങ്ങൾ വായിച്ചോളൂ.

മൂന്ന് നേരവും അരിയാഹാരം കഴിച്ച് ശീലിച്ചവരാണ് നമ്മൾ ഒരു നേരമെങ്കിലും അരിഭക്ഷണം കിട്ടിയില്ലെങ്കിൽ നമുക്ക് അസ്വസ്ഥതയാണ്, അരി ഉണ്ടാക്കണമെങ്കിലോ നെൽകൃഷി ചെയ്യേണം. ഈ കാര്യത്തിൽ നാം വളരെ പിന്നിലാണ്. ഒരു നേരത്തെ ആഹാരത്തിനുള്ള അരി പോലും നാം ഉണ്ടാക്കുന്നില്ല. അന്യസംസ്ഥാനക്കാർ തരുന്നതു കൊണ്ടാണ് ഭക്ഷിക്കുന്നത് ഇല്ലെങ്കിൽ നമ്മുടെ അവസ്ഥ ആലോചിക്കൂ, കൃഷിയിടം ഇല്ലാഞ്ഞിട്ടല്ല. ഉള്ളതെല്ലാം നാം നികത്തി പറമ്പാക്കി കൊണ്ടിരിക്കുന്നു, മൂന്ന് പതിറ്റാണ്ടു മുമ്പ് എട്ടു ലക്ഷം ഹെക്ടർ ഉണ്ടായിരുന്ന പാടങ്ങൾ ഇന്ന് രണ്ടരലക്ഷം ഹെക്ടർ ആയി ചുരുങ്ങി. നമ്മുടെ ജീവൻ നിലനിർത്തുന്ന നെൽകൃഷിയെ നമുക്കിനി കൈവിട്ടുകൂടാ. നമുക്ക് കൃഷിയെ സ്നേഹിക്കാം. കൃഷിയുടെ മഹത്തായ ചരിത്രം അറിയാം.

കേരളത്തിൽ മുമ്പ് നെൽകൃഷി നല്ല രീതിയിൽ നടന്നു വന്നിരുന്നു. വയലുകളും ധാരാളം ഉണ്ടായിരുന്നു. കാർഷിക സമൃദ്ധിയിലായിരുന്നു അക്കാലത്തെ നമ്മുടെ നാട്. എന്നാൽ നിലത്തിന്റെ ഉടമകൾ ജന്മിമാരായിരുന്നു. അവർ കുടിയാന്മാർക്ക് വയലുകൾ പാട്ടം നിശ്ചയിച്ച് കൃഷി ചെയ്യാൻ ഏൽപ്പിച്ച് കൊടുക്കുകയായിരുന്നു.

മുമ്പ് കൊല്ലത്തിൽ രണ്ടു തവണയാണ് പ്രധാനമായുംകൃഷി നടത്തിയിരുന്നത്. ഒന്ന് കന്നികൃഷി, മറ്റൊന്ന് മകരം കൃഷി. വെള്ളം കെട്ടി നിൽക്കാത്ത ഉയർന്ന സ്ഥലങ്ങളിലാണ് കന്നികൃഷി നടത്തുക. മീനമാസം ഒടുവിലോ മേടമാസത്തിൽ ആദ്യമോ വിത്തിടും. ചിങ്ങം കന്നി മാസങ്ങളിൽ കൊയ്ത്തു നടത്തും. മകരം കൃഷി വെള്ളം കെട്ടി നിൽക്കുന്ന വലിയ പാടങ്ങളിലാണ് നടത്തുക. ധനു മാസത്തിൽ കൊയ്ത്തു നടത്തും.

പുതിയ കാലത്ത് കൃഷിയിൽ വലിയ മാറ്റങ്ങളുണ്ടായി . ഹരിത വിപ്ലവമെന്നൊക്കെ കേട്ടിട്ടില്ലേ, വിത്തും വളവും പരിഷ്കരിക്കപ്പെട്ടു. ശാസ്ത്രീയമായി കൃഷിരീതികൾ മാറിയെങ്കിലും കാർഷിക വൃത്തിയിൽ മുഴുകുന്നവരുടെ എണ്ണം കുറഞ്ഞു. കൃഷി സ്ഥലങ്ങളുടെ വിസ്തൃതിയും കുറഞ്ഞു. കൃഷിയിൽ നിന്ന് പുതിയ തലമുറ അകന്നു കൊണ്ടിരിക്കുകയാണ്.

നെല്ലിന്റെ മുതുമുത്തച്ഛൻ

നെല്ലിനും മുതുമുത്തച്ഛനുണ്ട്. വനവാസിയായിരുന്നു അത്. കാടൻരൂപവും. നൂറ്റിമുപ്പത് മില്യൻ വർഷങ്ങൾക്കു മുമ്പ് ഏഴ് വൻകരകളും ഒന്നിച്ചുണ്ടായ കാലം മുതലേ ഈ കാട്ടു നെല്ലിനം രൂപപ്പെട്ടിരുന്നു. പേര് ഇൻഡിക്ക. കുടുംബപേര് ഗ്രാമിനെ. ഈ ഇനത്തിൽ രണ്ട് വകഭേദങ്ങളും കൂടിയുണ്ട് അവയെ ഒറൈസസറ്റൈവ എന്നും ഒറൈസ ഗ്ലാബറിമ എന്നും പറയും. ഗ്ലാബറിമ ആഫ്രിക്കൻ കരയിലും മറ്റേത് മറ്റു ഭൂഖണ്ഡങ്ങളിലും കൃഷി ചെയ്യുന്നു.

പിന്നിട്ട വഴികൾ

സമുദ്രസഞ്ചാരികളാണത്രേ നെൽകൃഷി അന്യരാജ്യങ്ങളിൽ വ്യാപിപ്പിച്ചത്. ആഫ്രിക്കയിൽ 3500 വർഷം മുമ്പ് നെൽകൃഷി ചെയ്തതായി രേഖയുണ്ട്. യൂറോപ്പിൽ എ ഡി 369 ൽ നെല്ലെത്തി. 1600 ൽ അമേരിക്കയിലും 1700 ൽ റഷ്യയിലും നെല്ലെത്തി.

പതിനൊന്നാം നൂറ്റാണ്ടിൽ അറബിക്കച്ചവടക്കാരാണ് അറേബ്യയിൽ നെൽകൃഷിക്ക് തുടക്കമിട്ടത്. ദിയോഫാറ്റസ് എന്ന ഗ്രീക്ക് പണ്ഡിതന്റെ യാത്രാവിവരണത്തിൽ പുരാതന ഇന്ത്യയിലെ നെൽകൃഷിയെ പറ്റി സൂചന നൽകുന്നു. ബി സി 1000ൽ രചിച്ച ഭാരതീയ ഇതിഹാസങ്ങളിലും നെല്ലിനെപറ്റി പരാമർശമുണ്ട്. ഇന്ത്യയിൽ നിന്നാണ് പേർഷ്യ, ടർക്കി, ഗ്രീസ്,മെസപ്പൊട്ടേമിയ, തുടങ്ങിയ രാജ്യങ്ങളിലേക്ക് നെല്ല് എത്തിയത്.

പേരുകൾ പലത്

മലയാളത്തിൽ നാം അരിയെന്നാണ് പറയുക. തമിഴിലെ അരസി എന്ന വാക്കിൽ നിന്നാണ് അരിയുണ്ടായത്. അറബികളാകട്ടെ ഇതിനെ അൽ-റൂസ് എന്നും അരൂസ് എന്നും വിളിച്ചു.സ്പെയിനിൽ എത്തിയപ്പോൾ അരോസ് എന്നായി. ഗ്രീക്കുകാർ ഒറൈസ എന്നും (നെല്ലിന്റെ ശാസ്ത്രീയനാമം ഒറൈസ സറ്റൈവ) ഇംഗ്ലീഷുകാർ റൈസ് എന്നും വിളിച്ചു. ഫ്രഞ്ചുകാർ റീസ് എന്നാക്കി. സംസ്കൃതത്തിൽ അരിക്ക് വൃതി എന്നാണ് പേര്.

പഴമക്കാരുടെ കൃഷി രീതി

കേരളത്തിൽ പണ്ട് കാലത്ത് നെൽകൃഷിയായിരുന്നു മുൻപന്തിയിൽ. വയൽകൃഷിയെ പോലെ കരകൃഷിയും ഉണ്ടായിരുന്നു. വിവിധ പേരിലും രീതിയിലും ആണ് ഇവ അറിയപ്പെട്ടത്. അവ ഏതൊക്കെയെന്ന് നോക്കാം.

- **പുനം കൃഷി :** വടക്കേ മലബാറിലാണ് ഈ രീതി.കുന്നിൻ ചെരിവിൽ കാട് വെട്ടി കരിച്ച് വെന്ത മണ്ണിൽ വിത്തിറക്കി പരിയ എന്ന ആയുധം കൊണ്ട് കിളച്ചു വിത്തിറക്കി ചെയ്യുന്ന രീതിയാണ് ഇത്. മേടം മുതൽ ചിങ്ങം വരെ കൃഷിക്കാലം.
- **പൂത്താട (പൂതാടി) :** സമതല കരകൃഷിയാണിത് മേടം മുതൽ ചിങ്ങം വരെ കൃഷിക്കാലം.
- **വിരിപ്പ് :** ഒന്നാം വിള വയൽകൃഷി. മേടം മുതൽ കന്നി വരെ.
- **മുണ്ടകൻ :** രണ്ടാം വിള വയൽകൃഷി. കന്നി മുതൽ മകരം വരെ.
- **പുഞ്ച :** മൂന്നാം വിള വയൽകൃഷി, മകരം മുതൽ മേടം വരെ.
- **കൂട്ടുമുണ്ടകൻ :** ഒന്നാംവിളക്കാലത്തെ വിത്തിനോടൊപ്പം കൃഷിയിറക്കിയാലും രണ്ടാം വിളക്കാലത്ത് മാത്രം കതിർക്കുന്ന (സീസൺ ബൗണ്ട്) വിത്തിനങ്ങൾ കൂടിക്കലർത്തി കൃഷി ചെയ്യുന്ന രീതി. ഒന്നാംവിള കൊയ്ത്തിനു ശേഷം ഈ ഇനം അവിടെ തന്നെ നില നിർത്തും. രണ്ടാം വിളക്കാലത്ത് കതിർ കൊയ്യാനാകും.
- **കായൽകൃഷി :** ഏതാനും പതിറ്റാണ്ടുകളുടെ പഴക്കമേ ഇതിനുള്ളൂ. കുട്ടനാടൻ കായൽ പ്രദേശങ്ങളിൽ ബണ്ട് കെട്ടി വെള്ളം വറ്റിച്ച് കൃഷി ചെയ്യുന്ന രീതി.
- **പൊക്കാളി (കൈപ്പാട് കൃഷി):** കടൽ സാമീപ്യമുള്ളതും ഉപ്പുവെള്ളം കയറുന്നതും വേലിയേറ്റവും വേലിയിറക്കവും ഉള്ളതുമായ ഇടങ്ങളിൽ പ്രത്യേകം ചെയ്യുന്ന കൃഷി. വടക്കൻ കേരളത്തിൽ കൈപ്പാട് കൃഷി എന്നു പറയും.

പഴയകാല നെൽവിത്തിനങ്ങൾ

ഒട്ടേറെ നെൽവിത്തിനങ്ങൾ ഇന്ന് പ്രചാരത്തിലുണ്ട്. ആധുനിക കാലത്തെ സങ്കര ഇനങ്ങളാണ് ഇന്ന് കൂടുതൽ., പഴയകാല വിത്തുകൾ പലതും വിസ്മൃതിയിലായി. കേരളത്തിലെ നെൽകൃഷി ചരിത്രവും രീതിയും രേഖപ്പെടുത്തിയ പുരാതന ഗ്രന്ഥമാണ് 'കൃഷിഗീത'. പാട്ട് രൂപത്തിലെഴുതിയ ഈ കൃതിയിൽ 108 തരം നെൽവിത്തിനങ്ങൾ ഉണ്ടായതായി പറയുന്നു. അവയിൽ ചിലത് വെള്ളക്കഴമ, നവര, വീട്ടി, ചേരിട്ടൻ, കറുത്തകഴമ, പാൽക്കണ്ണി, കുട്ടാടൻ, മസൂരിക്കുട്ടി, മുണ്ടക്കുട്ടി, എരവപ്പാണ്ടി, നീർക്കഴമ, വട്ടൻ, ദൃശ്യാപാണ്ഡി, ആര്യൻ, കുമര, ചോടൻ, വെട്ടാര്യൻ, പൊന്നാര്യൻ, കട്ടമോടൻ, തവളക്കണ്ണൻ,കാളി, ചെമ്പൻ, കറുത്തമോടൻ, കുഞ്ഞിനെല്ല്, മസൂരി, ആമ്പൻ, പൂക്കുലത്താരി, അരിക്കിരായി, മുല്ലരി, പള്ളിയേല്, ശീമക്കൊമ്പൻ, വാലി.

ചില നാട്ടിൽ മാത്രം യോജിക്കുന്നവ

പഴയ കാലത്ത് കേരളം, തുളുനാട്, കോലനാട്, ഇടനാട്, കുട്ടനാട്, വേണാട്, പാണ്ടി തുടങ്ങിയ പേരുകളിൽ പല ദേശങ്ങളായിരുന്നല്ലോ, ഓരോ നാട്ടിലും ചെയ്യുന്ന നെൽവിത്തുകൾ ഇതാണ്.

തുളുനാട് : കാമാദര, വാഴക്കണ്ണൻ, വെള്ളച്ചനെല്ല്,

കോലനാട് : ഇടിയൻ, വാലി, പൂത്താൻ, ചെറുമോടൻ, പറമ്പത്ത്, കഴമ, കുഞ്ഞിവിത്ത് , കോടനെല്ല്,

ഇടനാട് : കാരിപ്പാല, ആര്യൻ, കഴമ, മുണ്ടപ്പിള്ള, പെൺപാല, കുമ്പളവൻ, ചോറണായി.

വേണാട് : പാണ്ടി, വെള്ള കുട്ടാടൻ, ഉഴുതുവിരട്ടി.

പാണ്ടി : ചീരകച്ചെമ്പാവ്, കാവ, വശാനം

സുഗന്ധ നെല്ലിനങ്ങൾ : ഹൈറേഞ്ചിലാണ് ഇവ കൂടുതൽ കൃഷി ചെയ്യുക. ഇപ്പോൾ താഴ്‌വരകളിലും ഉണ്ട്. ഗന്ധകശാല, ജീരകശ്ശാല, കുഞ്ഞിനെല്ല് എന്നിവ ഇനങ്ങൾ

സങ്കരയിനത്തിന്റെ പിറവി

രണ്ട് വ്യത്യസ്ത സ്വഭാവമുള്ള നെല്ലിനങ്ങളെ പരസ്പരം സങ്കരണം ചെയ്ത് രൂപപ്പെടുത്തിയെടുത്ത നെല്ലിനങ്ങൾ നെല്ലുല്പാദനരംഗത്ത് അത്ഭുതം സൃഷ്ടിച്ച സംഭവമാണ്. ഹരിത വിപ്ലവത്തെക്കുറിച്ച് കേട്ടിട്ടില്ലേ? അതിന് കാരണം ഇത്തരം അധിക വിളവു തരുന്ന ഇനങ്ങളുടെ കണ്ടെത്തലാണ്. 1960-1962 കാലത്താണ് സങ്കരയിനം നെല്ല് ലോകത്ത് രൂപപ്പെടുത്തിയെടുത്ത തൈവാനിലെ ഒരു നെൽവയലിൽ അപ്രതീക്ഷിതമായി കണ്ടെത്തിയ ഡീ ജെവുജാൻ എന്ന ഉയരം കുറഞ്ഞ നെല്ലിനെ തയ്യുവാൻ ചുങ്ങ് എന്ന ഉയരം കൂടിയ നെല്ലിനവുമായി സങ്കരണം ചെയ്ത് ജന്മം കൊടുത്ത 'തൈച്ചുങ്ങ് നേറ്റീവ് 1' ആണ് ആദ്യ സങ്കര നെല്ല്.

അത്ഭുത നെല്ല്

അത്ഭുതനെല്ല് എന്ന് വിളിക്കുന്ന ഒരു നെല്ലിനം ഉണ്ട്. ഐ ആർ 8 എന്നാണ് ഈ നെല്ലിനത്തിന്റെ പേര്. അതു വരെ ഹെക്ടറിന് 3000 കിലോഗ്രാം നെല്ല് കിട്ടിയ ഇനങ്ങളിൽ നിന്ന് വ്യത്യസ്തമായി 8000 കിലോഗ്രാം നെല്ലുത്പാദിപ്പിക്കാൻ ശേഷിയുള്ളതാണ് ഇത്. ഫിലിപ്പീൻസിലെ അന്തർദ്ദേശീയ ഗവേഷണ കേന്ദ്രത്തിൽ പീറ്റ എന്ന പൊക്കം കൂടിയ ഇനവും ഡീജെവുജാൻ എന്ന പൊക്കം കുറഞ്ഞതും തമ്മിൽ സങ്കരണം ചെയ്തതാണ് ഐ ആർ 8.

സങ്കരയിനം ഇന്ത്യയിൽ

1964 ലാണ് സങ്കരനെല്ലിനം ഇന്ത്യയിൽ ആദ്യമായി പ്രചാരത്തിൽ വന്നത്, മുമ്പ് പറഞ്ഞ 'തൈച്ചുങ്ങ്നേറ്റീവ്1' ആയിരുന്നു അത്. 1964 നും 1974 നും ഇടയിൽ 30 ഇനങ്ങൾ പിറവിയെടുത്തു. തുടർന്ന് നിരവധി ഇനങ്ങൾ ഉണ്ടായി, കേരളത്തിൽ പട്ടാമ്പി, മങ്കൊമ്പ്, കായംകുളം നെല്ലുഗവേഷണ കേന്ദ്രങ്ങൾ ഈ രംഗത്ത് വിലപ്പെട്ട സംഭാവനകൾ നൽകി, ഇപ്പോഴും കണ്ടെത്തൽ തുടരുന്നു. അടുത്ത കാലത്തായി കയ്പാട് നെൽകൃഷിക്ക് ഡോക്ടർ ടി. വനജ കണ്ടെത്തിയ ഏഴോം നെല്ലിനങ്ങൾ ഈ മേഖലയിലെ വലിയ സംഭാവനയാണ്.

ചില സങ്കരയിനങ്ങൾ.

അന്നപൂർണ, ജ്യോതി, ഭാരതി, സ്വർണപ്രഭ, ത്രിവേണി, അശ്വതി, മകം, ജയ, പവിഴം, കാർത്തിക, ഐശ്വര്യ, പഞ്ചമി, ലക്ഷ്മി, രമ്യ, അരുണ, ശബരി, കരിഷ്മ, നിള, കനകം, ആരതി, ഉമ, കൈരളി, നീരജ, രേവതി, കനകം, പവിത്ര, കാഞ്ചന, മകര, കൊട്ടാരക്കര-1, വയനാട്-1, പൊന്നി, ശ്വേത, ഭദ്ര, ഭാഗ്യ. ജയതി.... (ഇനിയും പട്ടിക നീട്ടാം)

പഴയകാല പണിയായുധങ്ങൾ

നെൽകൃഷിക്കുള്ള പണിയായുധങ്ങളെ പരിചയപ്പെടാം.. യന്ത്രവൽക്കരണം വന്നതോടെ പഴയകാല പണിയായുധങ്ങൾ ഇന്ന് വിസ്മൃതിയിലായി, പഴയവയുടെ പേരും ഉപയോഗവും നോക്കാം.

കലപ്പ	:	നിലം ഉഴുതുമറിക്കാനുള്ള ഉപകരണം
നുകം	:	പൂട്ടുകാളകളെ യോജിപ്പിച്ചു നിർത്താൻ അവയുടെ കഴുത്തിൽ വെക്കുന്ന മരം കൊണ്ടുള്ള ഉപകരണം,
കട്ടക്കൊയി (കട്ടമുട്ടി)	:	കട്ട ഉടക്കാൻ ഉപയോഗിക്കുന്നത്
വരിയ	:	പുനം കൃഷി ചെയ്യുമ്പോൾ നിലം മാന്തി മണ്ണിളക്കി കൊടുക്കുന്ന ചെറിയ ഇരുമ്പായുധം,
കൈക്കോട്ട് (തൂമ്പ)	:	നിലം കിളയ്ക്കാനുള്ളത്,
വായ്ക്കോട്ട് (പടന്ന)	:	അല്പം വീതി കൂടിയ ഇരുമ്പായുധം, പുല്ല് ചെത്തി വൃത്തിയാക്കാനും വരമ്പ് കോരാനും ഉപയോഗിക്കുന്നു.
കത്തി (അരിവാൾ)	:	നെല്ല് കൊയ്യാനും പച്ചക്കറി മുറിക്കാനും, ഉപയോഗിക്കുന്നു

വിത്തൂട്ടി (വിത്തുകൂട്ടി): ഉണക്കാനിട്ട നെല്ല് കളത്തിൽ നിന്നും വലിച്ച് കൂട്ടിയിടുന്നതിന് ഉപയോഗിക്കുന്ന മരം കൊണ്ടുള്ള ഉപകരണം.

കറ്റപ്പായ : കറ്റ ചുമന്നുകൊണ്ടു വരുമ്പോൾ തലയിൽ വെക്കുന്ന ഭാഗം കൊള്ളാൻ തഴപ്പായ ഓല കൊണ്ടുണ്ടാക്കുന്ന ഉപകരണം.

മരവടി (ഞൗരി) : ചളിപ്പരുവമുള്ള വയൽ നിരപ്പാക്കാൻ കന്നു പൂട്ടുന്ന അവസാന ഘട്ടത്തിൽ ഉപയോഗിക്കുന്ന മരം കൊണ്ടുള്ള ഉപകരണം.

വിത്തുപൊതി : നെൽവിത്ത് സൂക്ഷിക്കാൻ വൈക്കോലും വാഴനാരും ഉപയോഗിച്ചുണ്ടാക്കുന്ന പ്രത്യേക പൊതി.

ഇടങ്ങഴി, സേറ് : നെല്ലളക്കാനുള്ള പാത്രങ്ങൾ പറ(10) ഇടങ്ങഴി(സേറ്) കൊള്ളുന്ന വലിയ അളവ് പാത്രം

നിലം തല്ലി : നെല്ലുണക്കുന്ന കളം അടിച്ചു നിരപ്പാക്കാനുള്ള മരം കൊണ്ടുള്ള ഉപകരണം.

ആധുനിക യന്ത്രങ്ങൾ

ട്രാക്ടർ : നിലം ഉഴുതുമറിക്കാനും മണ്ണ് പാകപ്പെടുത്താനുമുള്ള യന്ത്രം

പവർടില്ലർ : നെല്പാടം ഉഴുതുമറിച്ച് മണ്ണ് പരുവപ്പെടുത്തുന്ന ലഘുയന്ത്രം

സീഡ്ഡ്രിൽ (ഡ്രില്ലർ) : പൊടിവിത സമയത്ത് വിത്തിനരികിലായി വെക്കാനുള്ള ഉപകരണം,

ട്രാൻസ്പ്ലാന്റർ : ഞാറ് നടുന്നതിനുള്ള യന്ത്രം. നിശ്ചിത അകലത്തിൽ നിശ്ചിത നുരി ഞാറ് കൃത്യമായി നടാനാകും.

കോണോവീഡർ : വരിയായി നട്ട നെല്ലിന്റെ ഇടയിൽ നിന്നും കള നീക്കെ ചെയ്യാനുള്ള ലഘു യന്ത്രം കൈകൊണ്ട് പ്രവർത്തിപ്പിക്കാം

കമ്പെയിന്റ് ഹാർവെസ്റർ: ഒരു യന്ത്രത്തിലൂടെ തന്നെ കൊയ്ത്ത് മെതി, പതിര് വേർതിരിക്കൽ, ചാക്കിൽ നിറക്കൽ, തുടങ്ങി എല്ലാ പ്രവൃത്തികളും നടത്തുന്ന വലിയ യന്ത്രം.

റീപ്പർ : കൊയ്ത്തിനുപയോഗിക്കുന്ന ലഘുയന്ത്രം. കൊയ്ത് നിലത്തിടുക എന്ന പ്രവൃത്തി മാത്രം നടക്കും

ട്രഷർ : കറ്റകൾ മെതിച്ച് നെന്മണി വേർപെടുത്തുന്ന ലഘുയന്ത്രം.

പുതിയ കാല രീതികൾ

1. **ഗ്രൂപ്പ് ഫാമിങ്ങ് :** (സംഘകൃഷി) ഒരു പാടശേഖരത്തിലുള്ള കർഷകർ കൂട്ടായി ചെയ്യുന്ന കൃഷി രീതി
2. **പാടശേഖര സമിതി :** സംഘകൃഷി ചെയ്യാൻ കർഷകർ തെരഞ്ഞെടുക്കുന്ന പ്രവർത്തക സമിതി.
3. **മെഡഗാസ്കർ രീതി :** 12 – 15 ദിവസം മാത്രം മൂപ്പുള്ള ഞാറ് ഒരു നുരിയിൽ ഒന്നു മാത്രം നിശ്ചിത അകലത്തിൽ നടുന്ന രീതി.
4. **ലൈൻ മെത്തേഡ് :** നിശ്ചിത അകലത്തിൽ വരിവരിയായി നടുന്ന രീതി.
5. **ഡെപ്പോഡ് ഞാറ്റടി (പായ ഞാറ്റടി) :** പ്ലാസ്ററിക് ഷീറ്റു വിരിച്ച് അതിൽ മുളച്ച വിത്ത് മണ്ണും, ചാണകവും ചേർത്ത് വിരിച്ച പ്രതലത്തിൽ വിതച്ചുണ്ടാക്കുന്ന ഞാറ്റടി.
6. **അടിവളപ്രയോഗം :** കൃഷിയിറക്കും മുമ്പ് നിലമൊരുക്കുന്ന അവസാന ഘട്ടത്തിൽ മണ്ണിൽ ചേർക്കുന്ന വളപ്രയോഗം
7. **മേൽ വളപ്രയോഗം :** പറിച്ചുനട്ട ശേഷമോ, കൃഷിയിറക്കി പിന്നീടോ ചെയ്യുന്ന വളപ്രയോഗം
8. **സംയോജിത കീടനിയന്ത്രണം** : രോഗകീടങ്ങളെ തടയാൻ വിവിധ മാർഗങ്ങൾ സംയോജിപ്പിച്ച് ചെയ്യുന്ന നിയന്ത്രണ നടപടി.

കൃഷിയുടെ നാട്ടാചാരങ്ങൾ

നെൽകൃഷിയുമായി ബന്ധപ്പെട്ട് ഒട്ടേറെ നാട്ടാചാരങ്ങൾ പഴമക്കാർക്കിടയിലുണ്ട്.

1. **ഏർപ്പു വലിക്കൽ :** നിലം നിരപ്പാക്കാൻ വാഴത്തട കയറുകെട്ടി വലിക്കുന്ന രീതി.
2. **വിത്തു പൊലിപ്പാട്ട് :** നെല്ല് കൂടുതൽ കിട്ടാൻ (പൊലിഞ്ഞു വരാൻ) ദൈവസ്തുതിയായി പാടുന്നത് (പൊലിക- പൊലിക ദൈവമേ താൻ എന്നു തുടങ്ങുന്നതാണ് പാട്ട്.)
3. **നാട്ടിപ്പാട്ട് :** ഞാറു പറിച്ചു നടുമ്പോൾ സ്ത്രീകൾ കൂട്ടം ചേർന്ന്

പാടുന്നു. ഒരാൾ പാടിയത് മറ്റുള്ളവർ ഈണത്തിൽ ഏറ്റു പാടും .

4. **വയൽ പാട്ട് (കറ്റപ്പാട്ട്) :** നെല്ല് കൊയ്യുമ്പോൾ പുള്ളുവൻ വീണയുമായി വയലിൽ ചെന്ന് പാട്ടു പാടി ഐശ്വര്യമുണർത്തും എന്ന് വിശ്വാസം. നെൽക്കറ്റ കൂലിയായി നൽകും.
5. **പൊലിക്കറ്റ കേറ്റൽ :** ആദ്യം കൊയ്ത നെൽകറ്റ ഗൃഹത്തിലേക്ക് കൊണ്ടു പോകുന്ന ചടങ്ങ്
6. **കളം പെരുക്കുക :** കൊയ്തെടുത്ത കറ്റ കളത്തിലെത്തിക്കും മുമ്പേ ഏതാനും കതിരുകൾ, കാഞ്ഞിരയില, മാവില, മുളയില എന്നിവയിൽ കെട്ടി മുഹൂർത്തം നോക്കി കളത്തിലെത്തിക്കുന്ന ചടങ്ങ്.
7. **പത്താമുദയം :** ഉത്തര കേരളത്തിൽ തുലാമാസം പത്തിന് ദൈവങ്ങൾക്ക് പുതിയ നെല്ലരി ചോറ് നിവേദിക്കുന്ന ദിവസം. തെക്കൻ കേര ളത്തിൽ മേടം പത്തിന് കാലികളെ കന്നു പൂട്ടുമ്പോൾ ദീപം കാണിച്ച് അണിയിച്ച് പാടത്തിറക്കുന്ന ദിവസം.
8. **കങ്ങാണി :** ആദ്യം കൊയ്ത കറ്റ ക്ഷേത്രത്തിൽ കാഴ്ച വെക്കുന്ന ചടങ്ങ്.
9. **ഇല്ലം നിറ :** ആദ്യം വിളവെടുത്ത കറ്റയും നെല്ലും വീട്ടിലെത്തിക്കുന്ന ആഘോഷപൂർണമായ ചടങ്ങ്

10 **പുത്തരി :** പുതിയ നെല്ലരി ചോറ് ഭക്ഷിക്കുന്ന ചടങ്ങ്. വിഭവ സമൃദ്ധമായ സദ്യയൊരുക്കി പ്രദേശം മുഴുവൻ ആഘോഷമായി മാറുന്ന ചടങ്ങ്.

11. **ഉച്ചേര (ഉച്ചാരൻ) :** രണ്ടാംവിള കൊയ്ത്തിനു ശേഷം ഭൂമിക്ക് വിശ്രമം നൽകുന്ന ദിവസം (ഭൂമിദേവി ഋതുവായ ദിവസം എന്നു സങ്കല്പം, മൂന്നു ദിവസം നെല്ലറകൾ സ്പർശിക്കില്ല.)
12. **താപ്പിടി :** കൊയ്യുമ്പോൾ മുറിഞ്ഞുവീഴുന്ന കതിരുകൾ ചെറിയ കറ്റകളാക്കിയതിന്റെ പേര്
13. **പതം :** നെല്ലു കൊയ്യുന്നവർക്ക് നെല്ലായിട്ട് നൽകുന്ന കൂലി

ജൈവവളങ്ങൾ :

ഉണക്കി പൊടിച്ച ചാണകം (കാലിവളം) കമ്പോസ്റ്റ് വളം പച്ചിലത്തൂപ്പുകൾ (വിവിധയിനം) പിണ്ണാക്ക് (കടല, വേപ്പ്) മണ്ണിര കമ്പോസ്റ്റ്, കോഴിവളം , ചാരം

രാസവളങ്ങൾ : ഫാക്ടംഫോസ് , യൂറിയ, രാജ്ഫോസ്, (മഷൂറിഫോസ്), കോംപ്ലക്സ് വളങ്ങൾ, മ്യൂററ്റ് ഓഫ് പൊട്ടാഷ്,

മണ്ണ് പരിശോധിച്ച ശേഷം ആവശ്യമായ അളവിൽ വളങ്ങൾ നൽകാം.

പഴഞ്ചൊല്ലുകൾ :

- വിത്തു വിറ്റുണ്ണരുത്.
- മണ്ണറിഞ്ഞു വിത്തിട്ടാൽ കിണ്ണം നിറയെ ചോറുണ്ണാം
- കുംഭത്തിൽ മഴ പെയ്താൽ കുപ്പയിലും ചോറ്
- മുച്ചിങ്ങം മഴ പെയ്താൽ മച്ചിങ്കൽ ചോറ്
- പൂയ്യം ഞാറ്റുവേലയിൽ പുല്ലു പോലും പൂവിടും
- അത്തം ഞാറ്റുവേലയിൽ അകലെ നട്ടാൽ മതി
- ഇല്ലം നിറ വല്ലം നിറ പത്തായം നിറ നിറ പറേ നിറ
- ഞാറ്റിൽ പിഴച്ചാൽ ചോറ്റിൽ പിഴക്കും
- പുണർതത്തിൽ നെല്ല് പോത്തിൻ പുറത്തും മുളക്കും
- ചോതിപെണ്ണ് അകത്തിരുന്നാൽ ചോറ് ഉറിയിൽ
- അരി വിതച്ചാൽ നെല്ലാവില്ല
- കോരി വിതച്ചാലും വകഞ്ഞതേ വിളയൂ
  വാരി വിതച്ചാലും വകഞ്ഞതേ വിളയൂ
- ആര്യൻ നെല്ലിന്റെ ഓല മൂത്താലേ കുങ്കൻ പുണ്ണ് ഉണങ്ങൂ
- മണ്ണ് വിറ്റ് പൊന്ന് വാങ്ങരുത്
- പത്തായം പെറും ചക്കി കുത്തും ഞാൻ ഉണ്ണും

ഹരിതകം

2011 അന്താരാഷ്ട്ര വനവർഷമാണ്, മനുഷ്യന്റെ നിലനിൽപിന് ഭീഷണിയായ വനനശീകരണത്തിന് എതിരെ ലോകജനതയെ ബോധവാന്മാരാക്കാനും പ്രതിരോധ നിര ശക്തമാക്കാനുമാണ് ഐക്യരാഷ്ട്ര സംഘടന 2011 നെ വനവർഷമായി പ്രഖ്യാപിച്ചത്. വനനശീകരണം പരിസ്ഥിതിയെയും ജീവജാലങ്ങളെയും എത്രമാത്രം പ്രതികൂലമായി ബാധിക്കുന്നുണ്ടെന്ന് അനുഭവത്തിലൂടെ നാം തിരിച്ചറിഞ്ഞു കൊണ്ടിരിക്കുന്നു, ആഗോളതാപനം, കാലാവസ്ഥാ വ്യതിയാനം, മഞ്ഞുരുകിയുംസമുദ്ര ജലവിതാനം ഉയർന്നുമുള്ള വെള്ളപ്പൊക്ക ഭീഷണി കടൽജീവികളുടെ നാശം തുടങ്ങി ഒട്ടനവധി ഘടകങ്ങൾ നമ്മുടെ നിലനിൽപിന് ഭീഷണി ഉയർത്തുന്നുണ്ട്. ഭൂമിയിലെ ജീവജാലങ്ങളുടെ നിലനിൽപിന് അടിസ്ഥാനം സസ്യജാലങ്ങളാണെന്ന് അസന്ദിഗ്ദ്ധമായി തെളിയിക്കപ്പെട്ടുകഴിഞ്ഞു. വനനാശം സർവനാശത്തിന് വഴിവെക്കുമെന്ന മുന്നറിയിപ്പാണ് ശാസ്ത്രലോകം നമുക്ക് നൽകുന്നത്.

വനങ്ങൾ സമ്പത്താണ്., ഭൂമിയിലെ ജീവജാലങ്ങളുടെ മുഴുവൻ സമ്പത്ത്. ലോകത്തുള്ള വനങ്ങളെ പ്രധാനമായി രണ്ടായി തിരിക്കാം. ഇലപൊഴിയും വനങ്ങളും നിത്യഹരിതവനങ്ങളും, അർധ നിത്യഹരിതവനങ്ങൾ എന്ന ഉപവിഭാഗം കൂടിയുണ്ട്.

ഇലപൊഴിയും വനങ്ങൾ : സസ്യങ്ങൾ വേരുകൾ വഴി വലിച്ചെടുക്കുന്ന ജലാംശം ഇലവഴിയാണ് നഷ്ടപ്പെടുന്നത്. ഉഷ്ണ മേഖല പ്രദേശങ്ങളിൽ ജലക്ഷാമം ഉണ്ടാകുമ്പോൾ നിലനിൽപിന് പ്രകൃതി കണ്ടെത്തിയ വഴിയാണ ശിശിര കാലത്ത് ജലം നഷ്ടപ്പെടുത്തുന്ന ഇലകൾ പൊഴിക്കുകയെന്നത്. ഇത്തരം വനങ്ങളാണ് ഇലപൊഴിയും വനങ്ങൾ

നിത്യഹരിതവനങ്ങൾ : എല്ലാ കാലത്തും ഇടതൂർന്ന പച്ചപ്പുകൾ കൊണ്ട് നിബിഡമായ നാനാതരം മരങ്ങൾ വളർന്നു നിൽക്കുന്ന മരങ്ങളാണ് നിത്യഹരിതവനങ്ങൾ.

അർധ നിത്യഹരിതവനങ്ങൾ : മേൽപറഞ്ഞ രണ്ട് സ്വഭാവമുള്ള മരങ്ങൾ സമ്മിശ്രമായി സ്ഥിതിചെയ്യുന്ന വനമേഖലയാണ് അർധ നിത്യഹരിതവനങ്ങൾ

വനങ്ങൾ ഇന്ത്യയിൽ

ഇന്ത്യയിലെ ഭൂപ്രകൃതി, കാലാവസ്ഥ, വനപ്രദേശങ്ങളുടെ മറ്റു സ്വഭാവ വിശേഷങ്ങൾ എന്നിവ കണക്കിലെടുത്ത് വനമേഖലകളെ പലതായി തരം തിരിച്ചിട്ടുണ്ട്.

1. നിത്യ ഹരിതവനങ്ങൾ
2. ഇലപൊഴിയും വനങ്ങൾ
3 മഴക്കാടുകൾ
4. തീരക്കാടുകൾ
5. വരണ്ട വനങ്ങൾ
6 അർധ ഹരിത വനങ്ങൾ

കേരളത്തിൽ

കേരളത്തിലെ വനമേഖലകൾ അഞ്ചാണ്

1. നിത്യഹരിതവനങ്ങൾ
2. ഇലപൊഴിയും ഈർപ്പ വനങ്ങൾ
3. ഇലപൊഴിയും ശുഷ്ക വനങ്ങൾ
4. ഉഷ്ണ മേഖലാ വനങ്ങൾ
5. മഴക്കാടുകൾ

വനനാശം സർവനാശം:

മനുഷ്യൻ ഇരുമ്പും ആയുധങ്ങളും ഉണ്ടാക്കാൻ പഠിച്ചതോടെ സ്വാർഥ ലാഭത്തിനു വേണ്ടി മരങ്ങൾ വെട്ടി നശിപ്പിക്കാൻ തുടങ്ങി. കായ്കനികൾ തേടി സഞ്ചാര പ്രിയരായി നടന്ന മനുഷ്യൻ കൃഷി ആരംഭിച്ചതോടെ കൃഷി ഭൂമിയുടെ വിസ്തൃതി കൂട്ടാൻ മഴുവെറിഞ്ഞത് മരങ്ങളിലാണ്. വ്യവസായയുഗത്തോടെ ഏറ്റവും കൂടുതൽ ചൂഷണം ചെയ്യപ്പെട്ട മേഖലയും ഇതായി മാറി. ആധുനിക കാർഷിക വിപ്ലവ കാലഘട്ടം അപഹരിച്ചതും വനമേഖലയെ തന്നെ, കേരളത്തിലെ വനമേഖല ഇന്ന് നാണ്യവിളകളുടെ സങ്കേതമാക്കപ്പെട്ടപ്പോൾ അകറ്റപ്പെട്ടത് വനങ്ങളാണ്. പരിഷ്കൃത സമൂഹമാകട്ടേ തൊടികളിലെ ഒറ്റപ്പെട്ട മരങ്ങൾ പോലും വെട്ടി മാറ്റി. പുതിയവ വെച്ചു പിടിപ്പിക്കാൻ ഇവർക്ക് താൽപര്യവുമില്ല.

വനപർവം

വനസംരക്ഷണം പ്രധാനം

ഭൂമിയുടെ സന്തുലിത ജൈവപ്രകൃതി നിലനിൽക്കണമെങ്കിൽ ഭൂവിസ്തൃതിയുടെ മൂന്നിൽ ഒരുഭാഗമെങ്കിലും (ഏറ്റവും ചുരുങ്ങിയത്) വനമായിരിക്കണം. ഇന്ത്യയുടെ ഔദ്യോഗിക കണക്കിൽ 22 ശതമാനം വനമുണ്ടെങ്കിലും യാഥാർഥ്യം ഇതിലും എത്രയോ കുറവാണ്. പ്രതിവർഷം 8-15 ലക്ഷം ഹെക്ടർ വരെ വനം നശിപ്പിക്കപ്പെടുന്നു.

ഇങ്ങനെ അനിയന്ത്രിത വനനശീകരണത്തിന്റെ പ്രത്യാഘാതം കണ്ടറിഞ്ഞ് പണ്ടുകാലം മുതലേ ശാസനകളും നിയമങ്ങളും നിലവിൽ വന്നു, അശോക ചക്രവർത്തിയാണ് മരങ്ങളെ സംരക്ഷിക്കാൻ കല്പന ഇറക്കിയ ആദ്യ ഭരണാധികാരി. ശിവജി, വനം നശിപ്പിക്കുന്നതിന് കർശന വിലക്ക് കല്പിച്ച മറ്റൊരു ഭരണാധികാരിയാണ്.

1894 ലാണ് ഇന്ത്യയിൽ ആദ്യമായി വനസംരക്ഷണ നിയമം നിലവിൽ വന്നത്. എങ്കിലും സ്വാതന്ത്ര്യ പ്രാപ്തിക്കു ശേഷമാണ് ഗൗരവമായ

ഇടപെടലുണ്ടായത്.

ലോകത്തിലെ ആദ്യതേക്കിൻ തോട്ടം കേരളത്തിലാണ് സ്ഥാപിച്ചത്. 1842 ൽ നിലമ്പൂരിൽ. 1866 ൽ ആയില്യം തിരുനാൾ മഹാരാജാവ് കോന്നിയിൽ മറ്റൊരു തേക്കിൻ തോട്ടം നിർമിച്ചു. കേരളത്തിലെ ആകെ വനപ്രദേശങ്ങളിലെ വിസ്തൃതി 9400 ചതുരശ്ര കി മീറ്ററാണ്. കേരളത്തിൽ വനനിയമം കൊണ്ടുവന്നത് 1970 ലാണ്.

വന്യജീവികൾ പ്രകൃതി സമ്പത്ത്

വന്യജീവി സങ്കേതങ്ങൾ കൂടിയാണ് വനങ്ങൾ . വനനാശം വന്യജീവികളുടെ നിലനില്പിനും ഭീഷണിയാണ്. പലതിനും വംശനാശം തന്നെ സംഭവിച്ചു. ചിലവ തങ്ങാനിടമില്ലാതെ പലായനം ചെയ്ത് മറ്റു സങ്കേതങ്ങളിൽ അഭയം തേടി. നിലനില്പിനായുള്ള പോരാട്ടത്തിന്റെ ഭാഗമായി കാട്ടാന, കാട്ടുപന്നി, കടുവ കുരങ്ങ് തുടങ്ങിയവ നാട്ടിൻപുറങ്ങളിൽ കടന്ന് ആഹാരം തേടി അലയുന്നത് കൃഷിക്കും മനുഷ്യനും ഭീഷണിയായിട്ടുണ്ട്.

ഇന്ത്യയിൽ 97 ദേശീയോദ്യാനങ്ങളും 441 വന്യജീവി സംരക്ഷണ കേന്ദ്രങ്ങളുമുണ്ട്. കേരളത്തിൽ 5 ദേശീയോദ്യാനങ്ങളും 13 വന്യജീവി സംരക്ഷണ കേന്ദ്രങ്ങളും 3 പക്ഷി സങ്കേതങ്ങളും ഉണ്ട്. കൂടാതെ 2 ബയോസ്ഫിയർ റിസർവുകളും ഒരു കമ്മ്യൂണിറ്റി റിസർവും ഉണ്ട്. ഒടുവിൽ നിലവിൽ വന്ന വന്യജീവി സങ്കേതമാണ് കോഴിക്കോട്ടെ മലബാർ വന്യജീവി സങ്കേതം. 2010 ആഗസ്റ്റ് 8 നാണ് ഇത് നിലവിൽ വന്നത്.

കേരളത്തിലെ വനം വന്യജീവിസംരക്ഷണ കേന്ദ്രങ്ങൾ

ദേശീയോദ്യാനങ്ങൾ

- സൈലന്റ് വാലി (പാലക്കാട്)
- ഇരവികുളം (ഇടുക്കി)
- പാമ്പാടും ചോല (ഇടുക്കി)
- മതികെട്ടാൻ ചോല (ഇടുക്കി)
- ആനമുടിച്ചോല (ഇടുക്കി)

സാങ്ച്വറി (വന്യജീവി സങ്കേതം)

- ആറളം, കണ്ണൂർ
- മലബാർസാങ്ച്വറി (കോഴിക്കോട്)
- വയനാട് സാങ്ച്വറി(മുത്തങ്ങ , ബേഗൂർ, തോൽപ്പെട്ടി)
- പറമ്പിക്കുളം (പാലക്കാട്)

- പീച്ചി, വാഴാനി (തൃശ്ശൂർ)
- ചിമ്മിണി (തൃശ്ശൂർ)
- പെരിയാർ ടൈഗർ റിസർവ്വ് തേക്കടി (ഇടുക്കി)
- ചിന്നാർ (ഇടുക്കി)
- ഇടുക്കി സാങ്ച്ചറി (ഇടുക്കി)
- ചെന്തുരുണി (കൊല്ലം)
- നെയ്യാർ (തിരുവനന്തപുരം)
- പേപ്പാറ (തിരുവനന്തപുരം)
- കുറിഞ്ഞിമല (ഇടുക്കി)

പക്ഷി സങ്കേതം

- തട്ടേക്കാട് (എറണാകുളം)
- മംഗളവനം (ഏറണാകുളം)
- ചൂലന്നൂർ മയിൽ സങ്കേതം (പാലക്കാട്)

ബയോസ്ഫിയർ റിസർവ്

- അഗസ്ത്യമല
- നീലഗിരി

കമ്മ്യൂണിറ്റി റിസർവ്

- കടലുണ്ടി - വള്ളിക്കുന്ന് (കോഴിക്കോട്, മലപ്പുറം)

ഹരിത കേരളം

വനനാശത്തിന്റെ പ്രത്യാഘാതം കണ്ടറിഞ്ഞ് വനവൽക്കരണവുമായി ബന്ധപ്പെട്ട് ഒട്ടേറെ കർമ്മ പദ്ധതികൾ സംസ്ഥാന സർക്കാരും സന്നദ്ധ സംഘടനകളും കേരളത്തിൽ നടപ്പാക്കി വരുന്നു. ഇതിലൊന്നാണ് ഹരിതകേരളം പദ്ധതി. രണ്ട് വർഷം കൊണ്ട് ഒരു കോടി മരങ്ങൾ നട്ട് സംരക്ഷിക്കുന്നതാണ് പദ്ധതി. വനംവകുപ്പും തദ്ദേശ സ്വയംഭരണ സ്ഥാപനങ്ങളും ചേർന്നാണ് ഇത് നടപ്പിലാക്കുന്നത്. എന്റെ മരം പദ്ധതി വഴി സ്കൂൾ വിദ്യാർഥികൾ 25 ലക്ഷം തൈകൾ നട്ടു സംരക്ഷിക്കുന്നു. സാമൂഹ്യ സംഘടനകൾ വഴി 32 ലക്ഷം തൈകളും നട്ടുകഴിഞ്ഞു. ഭക്ഷ്യ സുരക്ഷ ഉറപ്പാക്കാൻ ദേശീയ പാതയോരത്ത് ഹരിതയോരം പദ്ധതിയും തീരദേശവാസികളുടെ ഹരിതതീരം പദ്ധതിയും തൊഴിലാളികളുടെ സഹകരണത്തോടെ വഴിയോരതണൽ പദ്ധതിയും ഡി വൈ എഫ് ഐ യുടെ ഒരു വീട്ടിൽ ഒരു മരം പദ്ധതിയും സാക്ഷരതാ മിഷന്റെ അക്ഷര മരം പദ്ധതിയുമെല്ലാം ഈ രംഗത്തെ ശ്രദ്ധേയ കാൽവെപ്പുകളാണ്.

വിത്തും വിളയും

എന്താണ് വിത്ത് ?

നമുക്കൊക്കെ ആഹാരം തരുന്നതും ശ്വസിക്കാൻ ആവശ്യമായ ശുദ്ധ വായു തരുന്നതുമെല്ലാം നാനാതരം സസ്യജാലങ്ങളാണല്ലോ? പ്രാചീന മനുഷ്യൻ അവരുടെ നിരന്തര ഗവേഷണത്തിലൂടെ തന്റെ ചുറ്റുപാടും വളർന്നു നിൽക്കുന്ന വൈവിധ്യമാർന്ന സസ്യ സമൂഹത്തിൽ നിന്നും ആഹരിക്കാൻ പറ്റുന്ന ഇനങ്ങളെയും പറ്റാത്ത ഇനങ്ങളെയും വേർതിരിച്ചറിഞ്ഞ് അവയെ ജീവസന്ധാരണത്തിന് ഉപയോഗിക്കാൻ തുടങ്ങി. കാട്ടു മൃഗങ്ങളെ പോലെ മാറി മാറി സഞ്ചരിച്ച മനുഷ്യൻ സാമൂഹ്യ സാഹചര്യങ്ങൾക്ക് വിധേയമായി ഒരിടത്ത് സ്ഥിരതാമസമാക്കുകയും ഭക്ഷ്യവസ്തുക്കൾ തേടിക്കൊണ്ടു വന്ന് നാളത്തെ ആവശ്യങ്ങൾക്ക് സൂക്ഷിക്കാനും തുടങ്ങി. നേടിക്കൊണ്ടുവരുന്ന കായ്കനികളും ധാന്യങ്ങളും കിഴങ്ങു വർഗങ്ങളുമെല്ലാം നിക്ഷേപിച്ച മണ്ണിൽനിന്നും അവയുടെ പുത്തൻ തലമുറയെ സൃഷ്ടിക്കുന്ന പ്രക്രിയ അത്ഭുതത്തോടെ നോക്കിക്കാണുകയും അവയിൽനിന്ന് പുതിയ ഉല്പന്നങ്ങൾ ഉണ്ടാവുകയും ചെയ്യുന്നത് കണ്ടെത്തിയതോടെയുമാണ് കൃഷി എന്ന വലിയ ആശയം രൂപമെടുത്തത്. അടുത്ത തലമുറക്കായി ഉപയോഗപ്പെടുത്തുന്ന സസ്യ ഭാഗങ്ങളെ അവൻ വിത്ത് എന്ന് വിളിച്ചു വന്നു. മറ്റൊരു തരത്തിൽ നിർവചിച്ചാൽ "ജീവജാലങ്ങൾ അതിന്റെ പരമ്പരാഗത വംശനിലനിൽപിനും വർധനക്കും സഹായകമാകും വിധത്തിൽ പുത്തൻ തലമുറയെ സൃഷ്ടിച്ചെടുക്കാൻ അതിന്റെ വിവിധ ഭാഗങ്ങളെ ജീവൻ നൽകി ഒരുക്കി നിർത്തിയ പ്രകൃതി പ്രക്രിയാവസ്തുക്കളെയാണ് വിത്തുകൾ എന്നു പറയുന്നത്."

വിത്തുകൾ വിവിധ തരം

വിത്ത് എന്ന് കേൾക്കുമ്പോൾ നമ്മുടെ മനസ്സിൽ കടന്നുവരുന്നത് കായ്കൾ ധാന്യമണികൾ തുടങ്ങിയവയായിരിക്കും (ഉദാ. നെൽവിത്ത്, പയർവിത്ത്, പച്ചക്കറി വിത്ത്)

എന്നാൽ വിവിധ സസ്യങ്ങൾ അവയുടെ വിവിധ ശരീര ഭാഗങ്ങൾ വിത്തായി രൂപാന്തരപ്പെടുത്തിയിട്ടുണ്ട്.

കായ്കൾ :

ചെടി പുഷ്ടിച്ചുണ്ടാകുന്നതാണ് കായ്കൾ. ഏറ്റവും കൂടുതൽ സസ്യങ്ങൾ ഈ വിഭാഗത്തിലാണ്. വിവിധതരം ധാന്യങ്ങൾ, ഒട്ടേറെ പഴവർഗങ്ങൾ, പച്ചക്കറികൾ എന്നിവ ഇതിൽപെടും, ഉദാ. (നെല്ല് , ഗോതമ്പ്, തുവര, പയർ, മാവ്, പ്ലാവ്, തെങ്ങ്, കവുങ്ങ്, വെണ്ട, വഴുതിന, ചീര (നിങ്ങൾ ഇത്തരം ഇനങ്ങളെ ധാരാളമായി ഇനിയും അന്വേഷിച്ചു കണ്ടെത്തണം.

കാണ്ഡം :

സസ്യകാണ്ഡഭാഗം വിത്തായി ഉപയോഗിക്കുന്ന ധാരാളം ഇനങ്ങളുണ്ട്. കാണ്ഡങ്ങൾ തന്നെ ഭൂകാണ്ഡം എന്നും ഉപരി കാണ്ഡം എന്നും രണ്ടായി വേർതിരിച്ചിട്ടുണ്ട്.

ഉപരികാണ്ഡം :

മണ്ണിനു മുകളിലെ തടിഭാഗങ്ങളെയാണ് ഉപരികാണ്ഡം എന്നു പറയുന്നത്. ഉദാ: മരച്ചീനി, കണ്ടൽച്ചെടികൾ, റോസാച്ചെടി, മുരിങ്ങ, കുരുമുളക്, ചെമ്പരത്തി, മധുരക്കിഴങ്ങ് തുടങ്ങി ഒട്ടേറെയുണ്ട്

ഉപരികാണ്ഡ വിത്തുകളെ തന്നെ 3 ആയി നമുക്ക് വിഭജിക്കാം:

1. ചെടിയുടെ മൃദുഭാഗം (തളിരുഭാഗം) : വിത്തായി ഉപയോഗിക്കുന്നവ (ഉദാ, ചിലയിനം കളർ ഇലച്ചെടികൾ) ഇവയുടെ തണ്ടിന്റെ തടിച്ച ഭാഗം വിത്തായി ഉപയുക്തമാകില്ല
2. സെമി ഹാർഡ് (ഇടത്തരം മൂപ്പ്) : തടിയുടെ മധ്യഭാഗം വിത്തായി ഉപയോഗിക്കാം അധികം മൂത്ത് കീഴറ്റമോ, മൂപ്പെത്താത്ത തളിർപ്പു ഭാഗമോ ഒഴിവാക്കിയ മധ്യഭാഗമാണ് ഇവയ്ക്ക് ആവശ്യം (ഉദാ: ക്രോട്ടൻ ഇലച്ചെടികൾ, മരച്ചീനി, കുരുമുളക്)
3. ഹാർഡ് വുഡ് (മൂപ്പു കൂടിയ തണ്ടുകൾ) : തണ്ടിന്റെ അടിഭാഗമാണ് വിത്തായി ഉപയോഗിക്കേണ്ടത് (ഉദാ: ചെമ്പരത്തി)

(മേൽപറഞ്ഞവയ്ക്കൊക്കെ ഉദാഹരണം ഇനിയും കണ്ടെത്താം.)

ഭൂകാണ്ഡം : ഭൂകാണ്ഡ ഇനംകൊണ്ട് ഉദ്ദേശിക്കുന്നത് മണ്ണിനടിയിൽ വേരല്ലാത്ത കാണ്ഡങ്ങളായി നിലനിൽക്കുന്ന ഇനങ്ങളാണ്, ഉദാ: വാഴക്കന്ന്, ഇഞ്ചി, മഞ്ഞൾ, ഉരുളക്കിഴങ്ങ്, ഉള്ളി, ചേന തുടങ്ങിയവ.

വേരിൽ നിന്നുള്ള വിത്ത് : സസ്യത്തിന്റെ വേരുഭാഗം മുറിച്ചു നട്ട് തൈകളുല്പാദിപ്പിക്കുന്ന ഒട്ടേറെ ഇനങ്ങളുണ്ട്. നിങ്ങളുടെ വീട്ടിൽ കറിവേപ്പിലച്ചെടിയുണ്ടല്ലോ, അതിന്റെ ചുവട്ടിൽ നിന്ന് പുതിയ ചെടികൾ മുളച്ചുവരുന്നതായി ശ്രദ്ധിക്കുക. അതുപോലെ കടപ്ലാവ് (ബ്രഡ്സ് ഫ്രൂട്ട്) എന്ന മരവും വേരിൽ നിന്ന് തൈകൾ ഉല്പാദിപ്പിക്കുന്നു.

ഇലയിൽ നിന്ന് : ഇല ഞരമ്പിൽ നിന്ന് പുതിയവയ്ക്ക് ജന്മം നൽകുന്ന ചെടികളുണ്ട് (ഉദാ: നിങ്ങൾക്ക് സുപരിചിതമായ മഷിത്തണ്ട് അഥവാ ഇലമുളച്ചി, ബിഗോണിയ എന്ന അലങ്കാരച്ചെടി ഇവ നടുമ്പോൾ ഇലഞരമ്പിൽ ചെറിയ മുറിവുണ്ടാക്കി നട്ടാൽ എളുപ്പം മുളച്ചു കിട്ടും.

പുതിയ ചില രീതികൾ

ആധുനിക കാർഷിക ഗവേഷകർ ചെടികളുടെ വംശോൽപാദനവുമായി ബന്ധപ്പെട്ട് നടത്തിയ പരീക്ഷണങ്ങളിൽ പുതിയ ചില രീതികൾ കയണ്ടെത്തിയിട്ടുണ്ട്. അവയിൽ ചിലത് അറിയുക.

1. **ടിഷ്യൂ കൾച്ചർ :** സസ്യകോശഭാഗങ്ങൾ (കലകൾ) എടുത്ത് ലബോറട്ടറികളിലെ പ്രത്യേക സംവിധാനത്തിൽ നിക്ഷേപിച്ച് തൈകൾ ഉല്പാദിപ്പിക്കുന്ന രീതിയാണിത്. കോശവളർച്ചയാക്കാവശ്യമായ മാധ്യമങ്ങൾ (എല്ലാ ന്യൂട്രിയൻസും) ലാബിൽ തയ്യാറാക്കി അതിലാണ് കോശനിക്ഷേപം നടത്തി തൈകളുണ്ടാക്കുന്നത്. പിന്നീട് ചെടികളെ ഘട്ടം ഘട്ടമായി സാധാരണ മണ്ണിലേക്ക് വളരാനുള്ള സാഹചര്യം ഒരുക്കി തയ്യാർ ചെയ്ത് ഉല്പാദിപ്പിച്ചു വിടും .
2. **ബഡ്ഡിംഗ് (മുകുളന) ഗ്രാഫ്റ്റിംഗ്(ഒട്ടിക്കൽ) :** ഒരേയിനത്തിലും വർഗ്ഗത്തിലും പെടുന്ന സസ്യങ്ങളുടെ മുകുളങ്ങളെടുത്ത് അതേയിനത്തിലെ ചെടിയിൽ ഒട്ടിച്ചു നിർത്തുന്നതാണ് ബഡ്ഡിംഗ്. ഉദാ റബ്ബർ ബഡ്ഡ് തൈകൾ. ചെടിയുടെ മുകുളന ഭാഗം മുറിച്ചെടുത്ത് മറ്റൊരു ചെടിയിൽ ഒട്ടിച്ചു ചേർക്കുന്ന രീതിയാണ്. ഗ്രാഫ്റ്റിംഗ്. ഉദാ. ഒട്ടുമാവ്, ഒട്ടുപ്ലാവ്, ഒട്ടു സപ്പോട്ട തുടങ്ങി ഒട്ടേറെ ഒട്ടു തൈകൾ.)

കോശവിഭജനം വഴി : നിങ്ങൾ അസോള എന്ന പന്നൽ വർഗത്തെ കുറിച്ച് കേട്ടിട്ടുണ്ടോ, അന്തരീക്ഷത്തിൽ നിന്ന് നൈട്രജൻ വലിച്ചെടുത്ത് മണ്ണിൽ നൽകുന്ന ഒരു സസ്യമാണിത്. ഇവയുടെ വിത്ത് അത് തന്നെയാണ്, അവയുടെ കോശങ്ങൾ ക്ഷണനേരം കൊണ്ട് വിഭജിച്ചുകൊണ്ടേയിരിക്കും. പുതിയ ചെടികൾ ഉണ്ടായികൊണ്ടേയിരിക്കും. ഉദാ. അനാബീന അസോള, ചിലയിനം നീല ഹരിത പായലുകൾ.

വിത്തുമുളയ്ക്കുന്നതും ചെടികൾ വളരുന്നതും

വിത്തിനെക്കുറിച്ചറിഞ്ഞല്ലോ, എന്നാൽ ഇവ എങ്ങനെയാണ് മുളച്ചു വരുന്നത്? എന്തൊക്കെ സാഹചര്യഘടകങ്ങളാണ് ആവശ്യം എന്നു കൂടി നമുക്ക് നോക്കാം,

ഭ്രൂണം : വിത്തിനകത്ത് നിലനിൽക്കുന്ന ജീവനാണ് ഭ്രൂണം.അനുകൂല സാഹചര്യത്തിൽ ഈ ഭ്രൂണം വളർന്നാണ് ചെടികളായി രൂപപ്പെടുന്നത്. പ്രതികൂല സാഹചര്യങ്ങൾ ഭ്രൂണം നശിക്കുകയും വിത്തു മുളക്കാതിരിക്കുകയും ചെയ്യുന്നു. മുളക്കാത്ത വിത്ത് പൊട്ട വിത്ത്.

അനുകൂല സാഹചര്യം എന്തൊക്കെ

മൂന്ന് പ്രധാന ഭൗതിക സാഹചര്യങ്ങളാണ് ആവശ്യം,

1. ജലം : വെള്ളപററില്ലാത്ത ഉണങ്ങിയ മണ്ണിൽ വിത്തിട്ടാൽ ഏതാനും ദിവസം കൊണ്ട് അവ കരിഞ്ഞു പോവുന്നതായി കാണാം. ഈർപ്പമുള്ള മണ്ണിലിട്ട വിത്ത് നന്നായി മുളച്ചു വരുന്നു. ഇവിടെ എന്താണ് സംഭവിക്കുന്നത്, ഏത് ജീവജാലങ്ങൾക്കും നിലനിൽക്കണമെങ്കിൽ വെള്ളത്തിന്റെ സാന്നിധ്യം കൂടിയേ കഴിയൂ. വെള്ളത്തിൽ കുതിർന്ന വിത്തിന്റെ പുറന്തോട് പൊട്ടുകയും ഭ്രൂണം ധാരാളം വായു സ്വീകരിക്കുകയും വളർന്നു വരികയും ചെയ്യുന്നു. തുടർന്നുള്ള എല്ലാ വളർച്ചാപ്രക്രിയയ്ക്കും ജലം ആവശ്യമാണ്.

2. വായു : നമ്മെപോലെ ചെടികളും ശ്വാസോച്ഛ്വാസം ചെയ്യുന്നുണ്ട്. ശ്വസനത്തിന് ധാരാളം വായു ആവശ്യമുണ്ട്. ഇവ ലഭിച്ചാലേ വിത്തു മുളക്കൂ, മണ്ണിലും പുറത്തും ധാരാളം വായുസഞ്ചാരമുണ്ടാകണം.

3. സൂര്യപ്രകാശം : ചെടികൾ ഭക്ഷണം പാകം ചെയ്യുന്നത് സൂര്യപ്രകാശത്തിന്റെ സഹായത്തോടെ ഇലകൾ വഴിയാണെന്ന് അറിയാമല്ലോ. ഇവ നടക്കണമെങ്കിൽ വിത്തിനും നല്ല സൂര്യപ്രകാശം കിട്ടണം.

4. കാലാവസ്ഥാഘടകങ്ങൾ : എന്തുകൊണ്ടാണ് നമ്മുടെ മണ്ണിൽ (കേരളത്തിൽ) ആപ്പിൾ, ഗോതമ്പ് തുടങ്ങിയ പല പല വിളകളും കൃഷി ചെയ്യാൻ കഴിയാത്തത് ? ഇവിടെ തന്നെ വയനാട്, ഇടുക്കി പോലുള്ള ഹൈറേഞ്ചിൽ കൃഷി ചെയ്യുന്ന ഓറഞ്ച്, ബീറ്റ്റൂട്ട്, കാബേജ്, കാരറ്റ്, തുടങ്ങിയവ നമ്മുടെ തീരദേശത്തും ഇടനാട്ടിലും പറ്റുന്നില്ല. ഉത്തരം ഒന്നാണ്. കാലാവസ്ഥാ മാറ്റങ്ങൾ സസ്യവളർച്ചയെ സ്വാധീനിക്കുന്നു, ഓരോ ചെടിക്കും വളർച്ചയ്ക്കും പ്രത്യുല്പാദനത്തിനും അനുകൂലമായ കാലാവസ്ഥാഘടകങ്ങളുണ്ട്.

5. മണ്ണ് : മണ്ണിൽ ആണ് സസ്യങ്ങൾ വളരുന്നത് എന്ന് നമുക്കറിയാം. എല്ലാ മണ്ണിലും എല്ലാ വിത്തുകളും വളരുമോ? ഇല്ല ഉദാ. കടൽ സാമീ

പ്യമുള്ള ഉപ്പു പ്രദേശത്ത് (പൊക്കാളി, കൈപ്പാട്) നമ്മുടെ നാടൻനെല്ലി നങ്ങൾ കൃഷി ചെയ്യാനാവില്ല. ചെളിക്കെട്ടുള്ള മണ്ണിൽ പയറുവർഗങ്ങൾ കൃഷി ചെയ്യാനാവില്ല.

മണ്ണിനുമുണ്ട് വ്യത്യാസങ്ങൾ കേരളത്തിൽ പ്രധാനമായി ഏഴു തരം മണ്ണുണ്ട്. എക്കൽമണ്ണ്, വനമണ്ണ്, ചെങ്കൽ മണ്ണ്, കരിമണ്ണ്, മണൽമണ്ണ്, ചിറ്റൂർ താലൂക്കിലെ കറുത്തമണ്ണ്. തിരുവനന്തപുരം ജില്ലയിലെ ചുവന്ന മണ്ണ് ഇവയാണ് പ്രധാനം. വ്യത്യസ്ത മണ്ണിനെ ഇഷ്ടപ്പെടുന്നതും ഇഷ്ട പ്പെടാത്തതുമായ വിളകൾ ഉണ്ടെന്നോർക്കുക. ഉദാ. മണൽമണ്ണിൽ റബ്ബർ അനുയോജ്യമല്ല. വനമണ്ണ് പുകയിലകൃഷിക്ക് യോഗ്യമല്ല. ചേറിൽ കിഴ ങ്ങ്, പയറുവർഗങ്ങൾ പറ്റില്ല. മണ്ണിൽ ധാരാളം ജൈവാംശവും 16 തരം പ്രധാന അപ്രധാന മൂലകങ്ങളും ധാരാളം സൂക്ഷ്മാണുക്കളും ഉണ്ടെ ങ്കിലേ വിത്തുമുളച്ച് വിള നന്നാവുകയുള്ളൂ.

വിത്തുഗുണം പത്തുഗുണം

ഈ പഴമൊഴി നിങ്ങൾ കേട്ടിരിക്കുമല്ലോ, മത്തൻ നട്ടാൽ കുമ്പളം മുളക്കില്ല. ഇത് മറ്റൊരു പഴമൊഴി. ഇതിനർഥം ഗുണമേന്മയുള്ള വിത്തേ കൂടുതൽ ഉല്പാദനം തരൂ എന്നും, ഗുണനിലവാരം പാരമ്പര്യമായി കിട്ടു ന്നതാണെന്നുമാണ്. അതുകൊണ്ട് വിത്ത് തിരഞ്ഞെടുക്കുമ്പോൾ ഒട്ടേറെ കാര്യങ്ങൾ ശ്രദ്ധിക്കണം.

വിത്ത് തിരഞ്ഞെടുക്കുമ്പോൾ

ഗുണമേന്മയുള്ള വിത്ത് തെരഞ്ഞെടുക്കാൻ ഇനി പറയുന്ന കാര്യങ്ങൾ പൊതുവേ ശ്രദ്ധിക്കണം.

1. നല്ല ഗുണമേന്മയുള്ള മാതൃപിതൃചെടികളിൽനിന്നാകണം വിത്തെ ടുക്കൽ.
2. മൂപ്പെത്തിയ വിത്തായിരിക്കണം
3. വിത്തിനകത്ത് കാമ്പ് (പരിപ്പ്) നല്ല രീതിയിൽ ഉണ്ടാകണം.
4. ജലാംശം നിശ്ചിത അളവിൽ മാത്രമേ ഉണ്ടാകാവൂ ധാന്യങ്ങൾ നന്നായി ഉണ്ടാകണം.
5. മാതൃ- പിതൃചെടിയുടെ പ്രായം നിശ്ചിത രീതിയിലാകണം (പല വിള കൾക്കും പല പ്രായത്തിലാണ് വിത്ത് ശേഖരണം നടത്തേണ്ടത്) ഉദാ: കമുങ്ങ് കൂടുതൽ പ്രായമുള്ളതാണ് അഭികാമ്യം തെങ്ങ് ഇടത്തരം പ്രായം, ധാന്യങ്ങൾ നന്നായി മൂപ്പെത്തണം
6. ബീജാങ്കുരണ ശേഷി നന്നായി ഉണ്ടായിരിക്കേണം.
7. കൃത്രിമ പരിചരണം നടത്തി പോഷിപ്പിച്ചവയിൽ നിന്ന് വിത്ത് ശേഖ രിക്കരുത്.

9. കാലാവസ്ഥാ വ്യത്യാസം ചിലയിനങ്ങളുടെ ബീജാങ്കുരണശേഷിയെ സ്വാധീനിക്കുന്നുണ്ട്. അതുകൊണ്ട് അത്തരത്തിലുള്ളവ ആ കാലത്തു മാത്രം ശേഖരിക്കുക. ഉദാ: വിത്ത് തേങ്ങ ഡിസംബർ മുതൽ ഫിബ്രവരി വരെ

നടുമ്പോൾ ശ്രദ്ധിക്കേണ്ട കാര്യങ്ങൾ

1. ഓരോ വിളവിനും അനുയോജ്യമായ തരത്തിൽ കൃഷി മുറ സ്വീകരിക്കുക.
2. വിത്ത് നേരിട്ട് മണ്ണിൽ നിക്ഷേപിക്കുന്നവ, തൈകൾ പറിച്ചു നടുന്നവ തുടങ്ങിയവ ഓരോ ഇനത്തിനും അനുയോജ്യമായി ചെയ്യുക.
   ഉദാ: പച്ചക്കറിയിൽ ചീരത്തൈകൾ പറിച്ചുനടാം. വെണ്ട കുഴിയിൽ നട്ടുവളർത്തണം.
3. നടീൽ അകലം, ആഴം എന്നിവ ക്ലിപ്തപ്പെടുത്തണം. (ഉദാ. പച്ചക്കറികൾ, ധാന്യങ്ങൾ എന്നിവ അധികം ആഴത്തിലാവരുത്. ചേന അല്പം ആഴത്തിലാവാം.)
4. അടിസ്ഥാന വളപ്രയോഗം നടത്തിയിരിക്കണം
5. തൈകൾ പറിച്ചു നടുമ്പോൾ മണ്ണിൽ ഉറപ്പിച്ചു നിർത്തണം.
6. ആവശ്യമായ വെള്ളം നൽകിയിരിക്കണം
7. സൂര്യപ്രകാശം ലഭ്യമാണോ എന്നുറപ്പ് വരുത്തണം.
8. കഠിനമായ വെയിലിൽ തണൽ നൽകണം.

അന്തകവിത്തിനെ അറിയുക :

നിങ്ങൾ അന്തകവിത്തിനെകുറിച്ച് കേട്ടിട്ടുണ്ടോ? 1990 കളിലാണ് ഇത്തരമൊരു വിത്തിനെകുറിച്ച് നാം കേൾക്കുന്നത്. അന്തകൻ എന്നാൽ കൊല്ലുന്നയാൾ. നമ്മുടെ വിത്തിനെയും കൊല്ലുന്ന ഒരു സാങ്കേതിക വിദ്യ കണ്ടെത്തിയിരിക്കുകയാണ്. കാർഷിക ഗവേഷകർ. അമേരിക്കൻ ശാസ്ത്രജ്ഞരാണ് ഇതിന്റെ ഉപജ്ഞാതാക്കൾ. എന്തിനാണവർ ഇത് കണ്ടെത്തിയതെന്നു പരിശോധിക്കും മുമ്പേ എന്താണ് അന്തകവിത്തെന്ന് പറയാം. വിത്തിന്റെ ഭ്രൂണത്തെ വന്ധീകരിക്കുന്ന ഒരു പ്രക്രിയയാണിത്. ടെർമിനേറ്റർ ടെക്നോളജി എന്ന സാങ്കേതിക വിദ്യയാണിവിടെ പ്രയോഗിക്കുന്നത്. ഉദാഹരണത്തിന് പരുത്തിച്ചെടി എടുക്കാം. ഈ സാങ്കേതിക വിദ്യ പ്രകാരം തയ്യാർ ചെയ്ത വിത്ത് കൃഷി ചെയ്താൽ ഉണ്ടാകുന്ന പരുത്തിക്കുരു അടുത്ത തവണ വിത്തായി ഉപയോഗിച്ച് കൃഷി ചെയ്താൽ അതിന്റ വിത്ത് മുളക്കില്ല. പ്രത്യേക ഘട്ടത്തിൽ അങ്കുരിക്കുന്ന ബീജം തനിയെ നശിക്കുന്ന സാങ്കേതിക വിദ്യ ജനിതകമായി അതിൽ സന്നിവേശിക്കപ്പെട്ടു. വന്ധ്യമാക്കപ്പെട്ട വിത്ത് എന്നർത്ഥം. അപ്പോൾ അടുത്ത

തവണ വിളവിറക്കാൻ കർഷകൻ എന്തു ചെയ്യും? ഇത്തരം വിത്തുല്പാദിപ്പിച്ച് വിതരണം നടത്തുന്ന കമ്പനികളെ ആശ്രയിക്കണം അവർതരുന്ന വിത്ത് അവർ തരുന്ന വിലക്ക് കർഷകൻ വാങ്ങി ഉപയോഗിക്കണം. അതായത് നമ്മുടെ ഇന്നു വരെ നിലനിന്നുവരുന്ന പ്രകൃതിയെത്തന്നെ ചോദ്യം ചെയ്യുന്നു എന്നർത്ഥം. കൃഷി കണ്ടുപിടിച്ച കാലം മുതൽ കർഷകർ സ്വീകരിച്ച വിത്തു കൈമാറ്റവ്യവസ്ഥയെത്തന്നെ തകിടം മറിക്കുകയാണ് വിത്തുല്പാദകരായ വൻകിട കമ്പനികൾ. ഇതു വേണോ?, നിങ്ങൾ ചിന്തിച്ചു നോക്കൂ....

അന്യം നിന്നുപോകുന്ന പഴയകാല കൃഷിരീതികൾ

കരക്കൃഷി

പഴയകാല കർഷകരുടെ ഇടയിൽ പ്രചാരത്തിൽ ഉണ്ടായിരുന്ന നാടൻ വിത്തിനങ്ങളും അക്കാലങ്ങളിൽ മുറതെറ്റാതെ കടന്നുവന്ന് മാറിപ്പോയ്ക്കൊണ്ടിരുന്ന കാലാവസ്ഥയെയും ഇഴപിരിച്ച് ഗണിച്ചെടുത്ത്, മണ്ണിന്റെ പ്രത്യേകതക്കനുസരിച്ച് കൃഷി ചെയ്തുവന്നിരുന്ന ഒരു വലിയ കാർഷികസംസ്കാരമാണ് കേരളത്തിൽ ഉണ്ടായത്. ജന്മി-കുടിയാൻ വ്യവസ്ഥ നിലനിന്നിരുന്നതിനാൽ ഭൂമിയുടെ അവകാശി ജന്മിയും, മണ്ണിൽ അധികാരമില്ലാത്ത കുടിയാനും വ്യവസ്ഥാപിതമായ മാർഗത്തിലൂടെയാണ് കൃഷി ചെയ്തുപോന്നത് - കേരളത്തിൽ പണ്ട്കാലത്ത് പ്രധാനമായും നെൽകൃഷിയായിരുന്നു. നെൽകൃഷി തന്നെ പറമ്പു കൃഷിയും (കരക്കൃഷി) വയൽ കൃഷിയുമായി വേർതിരിക്കപ്പെട്ടു. പറമ്പുകൃഷി, പുനംകൃഷി, പൂതാടകൃഷി (മോടൻ) എന്നീ വേർതിരിവുകളുണ്ടായി. വയൽ കൃഷിയിൽ വിരിപ്പ് (ഒന്നാംവിള) മുണ്ടകൻ (രണ്ടാംവിള) പുഞ്ച (മൂന്നാം വിള) (വടക്കെ മലബാറിൽ ഗ്രാമീണ ഭാഷാ വ്യത്യാസമനുസരിച്ച് 2ാം വിളക്ക് പുഞ്ചയെന്നു പറയാറുണ്ട്.) കടൽസാമീപ്യപ്രദേശങ്ങളിൽ കൈപ്പാട് (മലബാർ ഭാഷ) കോൾനിലങ്ങൾ (ചതുപ്പുകളായ സ്ഥലം) എന്നിങ്ങനെ വ്യത്യസ്ത സാഹചര്യങ്ങൾ ഉള്ള ഇടങ്ങളിലെ കൃഷിയെ വ്യത്യസ്ത പേരുകളിൽ വിളിച്ചുവന്നു. പച്ചക്കറികൾ - പഴവർഗങ്ങൾ- ഇലക്കറികൾ, വിവിധതരം ധാന്യങ്ങൾ, കിഴങ്ങുവർഗങ്ങൾ എന്നിവ പ്രധാനമായും കരപ്രദേശങ്ങളിലും പച്ചക്കറികളിൽ മൂപ്പുകുറഞ്ഞ ഇനങ്ങൾ കൊയ്ത്തിനുശേഷം നെൽപാടങ്ങളിലും കൃഷിചെയ്തുവന്നു. ഇവയെ നമുക്ക് പരിചയപ്പെടാം.

പുനംകൃഷി

കുന്നിൻ പ്രദേശങ്ങളിൽ കാടുവെട്ടിത്തെളിച്ചാണ് പുനംകൃഷി ചെയ്യുക. നെല്ലും ധാന്യങ്ങളും പച്ചക്കറികളും ഇവിടെ കൃഷി ചെയ്യും. കുടിയാന്മാരായ കൃഷിക്കാർ ജന്മിമാരിൽ നിന്നും പുനം കൊയ്യാൻ വിവിധ പേരുകളിൽ നിശ്ചയിക്കപ്പെട്ട പ്രതിഫലത്തോടെയാണ് സ്ഥലം ഏറ്റുവാങ്ങുക. ഇവിടെയുള്ള കാടുകളും കുറ്റിച്ചെടികളുമെല്ലാം മുറിച്ച് മണ്ണിൽ തന്നെ വിരിച്ച് തീയിട്ട് കരിക്കും. "പുനം കരിക്കൽ" എന്നാണ് പറയുക. കുംഭം മീനമാസം മുതലെ കാട് വെട്ടിയിട്ട് ഉണങ്ങിയശേഷം മീനം മാസാവസാനം തീയിടും. പുനാതിർത്തിയിൽ ആളുകൾ കൂട്ടമായി കാവൽനിന്നാണ് തീയിടുക. പുറംകാടുകൾ കത്താതിരിക്കാൻ വെള്ളവും പച്ച തൂപ്പും കരുതിയിരിക്കും. അതിർത്തി കടക്കുമ്പോൾ തീ, തച്ചുകെടുക്കാൻ ബദ്ധശ്രദ്ധരായിരിക്കും. ഇങ്ങനെ കത്തിച്ചശേഷം ഒരാഴ്ച കഴിയുമ്പോൾ കത്തിച്ച ഇടം വൃത്തിയാക്കും. "കരിക്കൊള്ളി" (പാതി കത്തിയ അവശിഷ്ടം) പെറുക്കിമാറ്റി കൃഷിയിടം വൃത്തിയാക്കും. ചാരം മൂടിയ മണ്ണിന്റെ മാറിലാണ് പിന്നീട് വിത്തിറക്കുക. പുനവിത്ത് എന്ന പൊതുപേരിൽ ഈ വിത്തും അറിയപ്പെടുന്നു. വിഷു കഴിഞ്ഞ് മേടം രണ്ടാം തിയ്യതി മുതൽ കൃഷിയിറക്കും. ഇതിന് "പുനം കൊത്തൽ" എന്നാണ് പറയുക. സ്ഥലം ഏറ്റെടുത്ത വ്യക്തികൾ അതിരാവിലെ സ്ഥലത്ത് എത്തും. "വരിയ" എന്ന പ്രത്യേക ആയുധമാണ് മണ്ണിളക്കാൻ ഉപയോഗിക്കുക. കൈത്തഴക്കമുള്ള ആൾ കുന്നിന്റെ താഴെ മുതൽ മുകളിലോട്ട്, ഒരു ദിവസം കിളക്കാവുന്ന സ്ഥലവിസ്തൃതി തിട്ടപ്പെടുത്തി വിത്തെറിയും. വിത്ത് വിതക്കുമ്പോൾ നെന്മണികളുടെ ഇടയകലം ക്ലിപ്തപ്പെട്ടിരിക്കും. താഴ്ത്തല ഭാഗത്ത് പണിക്കാർ നിരന്നുനിന്ന് വരിയക്കൊണ്ട് നിലം മാന്തികിളച്ച് വിത്ത് മണ്ണിനടിയിൽ മൂടുന്നവിധം മണ്ണിളക്കും. ഓരോരുത്തർക്കും കിളച്ചുകയറാനുള്ള നിര കണക്കാക്കും. പിന്നെ പരസ്പര വാശിയോടെ കിളയാണ്. ഇടക്ക് പാട്ടും, തമാശയും ആർപ്പുവിളിയും എല്ലാം ഉണ്ടാവും. ആദ്യം കിളച്ചു കയറുന്നയാൾക്ക് ലഘുസമ്മാനങ്ങളും നൽകുന്ന പതിവ് ചിലയിടങ്ങളിലുണ്ട്. ദിവസങ്ങളോളം പുനം കിള നീണ്ടിരിക്കും. കത്തുന്ന വെയിലിന്റെ തീക്ഷ്ണതയെല്ലാം സഹിച്ച് നാളത്തെ അന്നത്തിനായി കഠിനാധ്വാനം ചെയ്താണ് പുനം കൃഷി നടത്തിയത്.

ചാമയും മുത്താറിയും, തുവരയും

നെൽകൃഷിയിൽ മാത്രം ഒതുങ്ങുന്നതല്ല പുനംകൃഷി. അതിർത്തിഭാഗങ്ങളിൽ ചുറ്റും ചാമ, മുത്താറി തുടങ്ങിയ ധാന്യങ്ങൾ കൃഷിചെയ്യാം.

"അതിര് വിത്ത്" എന്നാണ് നാടൻ ഭാഷ. പോഷകമൂല്യമുള്ള ഈ ധാന്യം കൃഷിചെയ്യുന്നതിന് മറ്റൊരുദ്ദേശം കൂടിയുണ്ട്. നെല്ലിനെ മാത്രം ഇഷ്ടപ്പെടുന്ന ചില ജീവികളെ തടുക്കാനുള്ള അതിർത്തി സംരക്ഷണം കൂടിയാണിത് - ചാമ വെളുത്ത ധാന്യവും, മുത്താറി (കൂവരക്) കറുത്തതുമാണ്. നെല്ല് വിളവെടുക്കുമ്പോൾ തന്നെ ഇവയും വിളവെടുക്കാം. പുനം കൃഷിയിൽ തുവരക്ക് പ്രാധാന്യമുണ്ട്. നെല്ലിനിടയിൽ തന്നെ ഏറെ അകലത്തിൽ ഓരോ ചുവട് തുവര വിത്തിടും. തുവര മാത്രമായി കൃഷിചെയ്യുന്ന രീതിയും ഉണ്ട്. നെല്ല് കൊയ്യാറാകുമ്പോഴേക്കും ഇവ വളർന്ന് പന്തലിക്കും. ഒന്നുരണ്ടു മാസത്തിനുശേഷമേ വിളവെടുക്കാനാവും. തുവര വിളവെടുപ്പിന് "തുവര ഈരൻ" എന്നും ഗ്രാമ്യഭാഷയുണ്ട്. തുവര വിളവെടുപ്പ് കഴിഞ്ഞാൽ കൃഷിയിടത്തിൽ വെച്ചുതന്നെ അരിയും തുവരമണിയും ചേർത്ത് തുവരപ്പായസം വെച്ച് ആസ്വദിക്കുന്ന ചടങ്ങും നിലവിലുണ്ടായിരുന്നു. "തോര ചക്കരയിട്ട് വെക്കുക" എന്നാണ് പറയുക.

പുനം കൃഷിയോടൊപ്പം തന്നെ പച്ചക്കറികളായ വെള്ളരി, കത്തിരി, കുമ്പളം, അമര തുടങ്ങിയ പച്ചക്കറികളും ചേന, ചേമ്പ്, കൂർക്ക, കാച്ചിൽ തുടങ്ങിയ കിഴങ്ങുവർഗങ്ങളും കൃഷിചെയ്യും.

പുനം കാവൽ

പുനംകൃഷിയിറക്കിയതുമുതൽ കൃഷിയിടത്തിൽ തന്നെ ഏറുമാടം (പന്തൽ) കെട്ടി കാട്ടുമൃഗത്തിനെതിരെ കാവൽ കിടക്കണം. ആന, കാട്ടുപന്നി, മുയൽ, മാൻ, പെരുച്ചാഴി, കാട്ടുകോഴി തുടങ്ങിയവയാണ് ശല്യക്കാർ. തീയിട്ട് ആനയെ അകറ്റിയും, തകരപ്പാട്ട മുട്ടി മറ്റ് മൃഗങ്ങളെയും അകറ്റി കാവലിരുന്നാണ് കൃഷി സംരക്ഷിച്ചുവരിക. രാത്രി നേരം പിരിയാതെ തീയിട്ടു നേത്രങ്ങൾ കൊണ്ടു താൻ തന്നെ നോക്കണം എന്നാണ് കൃഷിഗീതയിൽ പറയുന്നത്. കൃഷിയിറക്കുമുതൽ മനസ്സിൽ തീ വേവുകയാണ്. പുരുഷന്മാർ കൃഷിയിടങ്ങളിലും, സ്ത്രീകൾ വീട്ടുകാവലുമായി ദിനരാത്രങ്ങൾ കഴിക്കും. "പുനം മൂരൽ" (കൊയ്ത്ത്) ഉത്സവമായാണ് നടക്കുക.

പൂതാടകൃഷി

പുനംകൃഷിക്ക് സമാനതയുണ്ട്. ഇവിടെ പൂത്താടകൃഷിക്ക് സമനിരപ്പായ കരപ്പറമ്പുകളാണുപയോഗിക്കുക. നിലം ചുട്ടുകരിക്കുന്നില്ല. മേടത്തിൽ കലപ്പകൊണ്ടോ, കൈക്കോട്ടുകൊണ്ടോ നിലം ഉഴുത് വിത്തിടും. ചാമയും മുത്താറിയും പൂതാടകൃഷിയിലും സ്വീകരിക്കാറുണ്ട്. രാസവളങ്ങളൊന്നും അന്ന് ഉപയോഗിച്ചിരുന്നില്ല.

പച്ചക്കറിയും, കിഴങ്ങും

മഴയെ ആശ്രയിച്ചാണ് പണ്ട് കാലത്ത് കൃഷിചെയ്തത്. കരപ്പറമ്പിൽ, പുതുമഴയാരംഭത്തിൽ പച്ചക്കറികൃഷിചെയ്യും. വെള്ളരി, കക്കിരി (മുള്ളൻ വെള്ളരി), മത്തൻ, കുമ്പളം, ചുരക്ക, അമര, കയ്പ (പാവൽ) പീച്ചിങ്ങ തുടങ്ങിയവയാണ് പ്രധാനം. കിഴങ്ങിന് ചേന, ചേമ്പ്, കാച്ചിൽ, കൂർക്ക, മരച്ചീനി (പിന്നീട് കടന്നുവന്നു) കാവത്ത് കിഴങ്ങ്, പയർ വർഗ്ഗങ്ങൾ, വഴുതിന, വെണ്ട എന്നിവ കൃഷി ചെയ്യും. മേടം 11 രോഹിണി ഞാറ്റുവേ ലയിലാണ് പച്ചക്കറി നടുക. ആയില്യം ഞാറ്റുവേലവരെ വിശ്രമമില്ലാതെ കൃഷിപ്പണിയിലായിരിക്കും.

മധ്യകേരളത്തിൽ കൊടുങ്ങല്ലൂർ ഭരണികഴിഞ്ഞാൽ വിത്തിനായി പര സ്പരം നെട്ടോട്ടമോടും. മലബാറിൽ വിത്ത് സംസ്കരണവും സൂക്ഷിപ്പും പ്രത്യേകതയുണ്ട്. കയ്പ ചാണക ഉരുളയിലും, പയർ വെണ്ണീരിൽ പുര ട്ടിയും, കിഴങ്ങു-വർഗങ്ങൾ ഇലച്ചെടികളിലും നെൽവിത്ത് വൈക്കോൽ പൊതികളിലും സൂക്ഷിച്ച് ഉപയോഗിക്കും.

ചേന : ചേന വിത്ത് കുംഭമാസം തന്നെ നടും. "കുംഭച്ചേന കുടത്തോളം" എന്നാണ് പ്രമാണം. വെളുത്തവാവിൻ നാൾ നിലാവുദിച്ചുവരുമ്പോഴാണ് ചേനനടുക. ചന്ദ്രന്റെ രീതിയിൽ ചേനവരുമെന്ന വിശ്വാസം. ചിങ്ങത്തിൽ ചേന കിളയ്ക്കും. ചൊറിയുന്ന ചേന ഈ സമയം ചൊറിയില്ലത്രെ.

മഞ്ഞൾ, ഇഞ്ചി : പഴമക്കാർ മഞ്ഞൾ തണലിലാണ് നടുക. പിലാ വിന്റെ തണലാണ് പ്രിയം. മിഥുനത്തിൽ നടുകയും വൃശ്ചികത്തിൽ വിള വെടുക്കുകയും ചെയ്യും. വിത്ത് മൺ കലത്തിലാണവർ സൂക്ഷിക്കുക. ഇഞ്ചി കൃഷിയും ഇതേ രീതിയിൽ നടാറുണ്ട്.

തെങ്ങ് : കരപ്പറമ്പിൽ മുമ്പുകാലങ്ങളിലെ തെങ്ങ് കൃഷി ചെയ്യാറുണ്ട്. തെങ്ങും, തേങ്ങയും കേരളീയ സംസ്കാരത്തിന്റെ തന്നെ ഭാഗമാണ്. ശുഭകാര്യത്തിനും തേങ്ങയടിക്കുന്ന വിശ്വാസം. പൂജാദികർമങ്ങളിലെ തേങ്ങയുടെ പ്രാധാന്യം. ഉത്സവങ്ങളിലെ തെങ്ങിൻപൂക്കുല, കുരുത്തോ ല, ഭക്ഷണത്തിലും ആചാരത്തിലും ആഘോഷത്തിലുമെല്ലാം തെങ്ങ് പ്രാധാന്യമർഹിച്ചിരുന്നു. കൃഷിയിലെ പഴയരീതി ഇന്നത്തെതുമായി നോക്കുമ്പോൾ വലിയമാറ്റം ഉണ്ട്. എന്നാൽ പലതും ശാസ്ത്രീയവുമാ യിരുന്നു. 2 തെങ്ങുകൾ തമ്മിലുള്ള അകലം "അണ്ണാൻ തുള്ളിയാൽ എത്തരുത്" എന്ന കണക്ക് അന്വർഥമാണ്. വിത്തു തേങ്ങയെടുക്കുന്ന തിന് ഒരു ചൊല്ലുതന്നെയുണ്ട്. "ആദി - പാതി - പീറ്റ എന്നാണത്"

പാതി എന്നത് മധ്യപ്രായമാണ്. ഈ പ്രായത്തിലെ തെങ്ങുകളിൽ നിന്നാണ് വിത്തെടുക്കുക. ആദിയും - പീറ്റയും പാടില്ല. ഇതും ശാസ്ത്രീയമാണ്.

താമ്പൂലകൃഷി (വെറ്റില)

പഴമക്കാർ മുറുക്കുക (വെറ്റിലമുറുക്ക്) പതിവാണ്. അതുകൊണ്ടു തന്നെ താമ്പൂലകൃഷി (വെറ്റിലകൃഷി) പതിവാണ്. മിക്ക തൊടികളിലും വെറ്റിലയുണ്ടാവും. ചാലുകളെടുത്ത് വള്ളിനട്ട് പ്രത്യേക പരിചരണം നടത്തി വളർത്തുന്ന രീതിയും - മുരിങ്ങ പോലുള്ള മരത്തിൽ പടർത്തി കയറ്റുന്ന മുറയും അന്നുണ്ട്. ഇന്ന് കേരളത്തിൽ വെറ്റിലകൃഷി നാമമാത്രമായി മാറിക്കഴിഞ്ഞു.

കുരുമുളക്

പഴമക്കാരുടെ പ്രധാനവിളയാണ് കുരുമുളക്. "കണ്ടാൽ മുണ്ടൻ കാര്യത്തിൽ വമ്പൻ" എന്നാണ് പ്രമാണം. തിരുവാതിര ഞാറ്റു വേലയാണ് നടാൻ ഉപയോഗിക്കുക- മുരിക്ക്, അമ്പഴം, പുന്ന തുടങ്ങിയ പറ്റ് കൂടുതലുള്ള പ്രതലമുള്ള മരങ്ങൾ താങ്ങുകാലായി ഉപയോഗിക്കും. "മരം നോക്കി കൊടിയിടണം.", ആണുനോക്കി പെണ്ണ് കൊടുക്കണം." എന്നാണ് പഴമൊഴി. "മരം തെക്ക് കൊടിവടക്ക്" മരത്തിന്റെ വടക്കു വശത്ത് നടണം എന്നത് തെക്കൻ വെയിൽ തടുക്കാനാണ്.

പഴവർഗങ്ങൾ

മാവ്, പ്ലാവ്, നാടൻ വാഴകൾ, കൈതച്ചക്ക, കടപ്പാവ് (ബ്ലാത്തിപ്ലാവ്), ആത്ത, തുടങ്ങിയ പഴവർഗവിളകൾ പഴമക്കാരുടെ വീട്ടുപറമ്പിൽ പ്രധാനമാണ്. മാമ്പഴകച്ച് മാമ്പഴം ധാരാളമുണ്ടാകുന്ന സമയത്ത് പഴുത്തവ ഇടിച്ച് പിഴിഞ്ഞ് ചാറാക്കി. ഇതിൽ കുരുമുളക്, ഉപ്പ് എന്നിവ ചേർത്ത പുത്തൻ തഴപ്പായയിലെ, നല്ല കവുങ്ങിൽ പാളയിൽ പുരട്ടി വെയിലിൽ ഉണക്കിയെടുക്കുന്ന മാമ്പഴക്കച്ച് മാമ്പഴമില്ലാത്ത കാലത്തെ ആഹാരമായി കഴിക്കും. മാങ്ങ കൊണ്ടുള്ള അച്ചാറും, ഉപ്പിലിട്ടതും ഭക്ഷ്യവസ്തുവാണ്.

ചക്കവറുത്തതും ചക്കക്കുരുവും

ചക്കച്ചുള വെളിച്ചെണ്ണയിൽ വറുത്ത ചക്കവറത്തതും, ചക്കക്കുരു പുത്തൻ മൺകലത്തിൽ ഇട്ട് നെല്ലിന്റെ ഉമിയിൽ പൊതിഞ്ഞ് സൂക്ഷിച്ച് പഞ്ഞമാസങ്ങളിൽ ഉപയോഗിക്കാറുണ്ട്.

വയൽകൃഷിയും, ചില ആചാരങ്ങളും

വയൽകൃഷിക്ക് പഴയകാലത്ത് വളരെ പ്രാധാന്യം നൽകി വന്നു. പൊതുവെ 3 വിളയാണ് ഒരു വർഷം ചെയ്തുവന്നത്. വെള്ളത്തിന്റെ ലഭ്യത മണ്ണിന്റെ അവസ്ഥ എന്നിവനോക്കി ഒരുപ്പൂവ്, ഇരുപ്പൂവ്, മുഹുപ്പൂവ് എന്നും ഇതിനെ വിരിപ്പ്, മുണ്ടകൻ, പുഞ്ച എന്നും പേരിട്ടു. മേടം മുതൽ ചിങ്ങം, കന്നി വരെ വിരിപ്പും, കന്നിമുതൽ ധനു, മകരം വരെ മുണ്ടകനും മകരം മുതൽ മീനം-മേടം വരെ പുഞ്ചകൃഷിയും - കന്നിക്കൊയ്ത്തും, മകരക്കൊയ്ത്തും, ഉത്സവഛവിയോടെ നടത്തിയ കാലമായിരുന്നു അന്ന്.

വിരിപ്പ് (കന്നിക്കൊയ്ത്ത് വിള) മേടത്തിലാണ് വിത്തിടുക. വിഷുവിന്ന് വിത്തിട്ടാൽ ഐശ്വര്യം കൂടുമെന്നാണ് വിശ്വാസം. നിലം ഉഴുകുന്നത് ഉഴവുകാളകളെ ഉപയോഗിച്ചാണ്. മിക്ക കൃഷിക്കാർക്കും കാളകളുണ്ടാവും. കിഴക്ക് വെള്ളകീറുമ്പോഴേക്കും ഉഴവ് തുടങ്ങും. നല്ല നിലാവുണ്ടെങ്കിൽ വളരെ നേരത്തെ തന്നെയാവും ഉഴുകൽ. കന്ന് പൂട്ടിയശേഷം കട്ടയുണ്ടെങ്കിൽ മാവിന്റെ വലിയ മരംമുട്ടി നുകത്തിൽ കെട്ടി ഉഴവുകാരൻ അതിൽ കയറിനിന്ന് കാളയെ തെളിക്കും. കട്ടയെല്ലാം ഉടയും. 7 ചാൽ പൂട്ടിയശേഷം മണ്ണ് നല്ല പരുവമാകും. ഇതിൽ വിത്തെറിയും. നുരി, വിത എന്നീ രണ്ട് തരത്തിൽ കൃഷി ചെയ്യും നുരി: ഉഴവുചാലിൽ സ്ത്രീകൾ നുരിനുരിയായി വിത്തിടും. അടുത്ത ചാൽ വരുമ്പോൾ വിത്ത് മണ്ണിൽ മൂടും. വിതയാണെങ്കിൽ കൈത്തഴക്കമുള്ള ആൾ പ്രത്യേക അകലം വെച്ച് വിത്തിടും. ഇത് രണ്ടും പറിച്ചുനടില്ല. വളർന്നുവന്നാൽ കളപറിച്ച് "ഇടനാട്ടിവെക്കും." (ഞാറ് കുറഞ്ഞ സ്ഥലത്ത് കൂടുതൽ ഉള്ളവ പറിച്ചു നടുന്നതാണ് നടുന്നതാണ് ഇടനാട്ടി.

നാട്ടിപ്പണി

വിത്ത് വിതച്ച് ഞാറ് തയ്യാറാക്കി പറിച്ചുനടുന്നതിനെയാണ് നാട്ടിപ്പണി എന്നുപറയുക. മിഥുനമാസം ആദ്യമാണ് നാട്ടിപ്പണിക്കാലം. നാട്ടിപ്പണിക്ക് സ്ത്രീകളുടെ തിക്കും തിരക്കുമായിരിക്കും. പൊതുവെ ദാരിദ്ര്യം അനുഭവിക്കുന്ന കുടുംബങ്ങളാണധികവും. നെല്ലാണ് കൂലിയായി നൽകുക. രാവിലെ മുതൽ വൈകുന്നേരം വരെ പണിയെടുത്താൽ സ്ത്രീക്ക് 1 സേർ. (ഇടങ്ങഴി) നെല്ലും, സഹായിയായ പുരുഷന് 2 ഇടങ്ങഴിയുമാണത്രെ കൂലി. നാട്ടിപ്പണിക്ക് അടിയാത്തികൾക്കാണ് മുൻഗണനം. (പുലയവിഭാഗം സ്ത്രീകളെയാണ് അടിയാത്തികൾ എന്നുവിളിച്ചിരുന്നത്.) ഇവർ നട്ടാൽ കൂടുതൽ വിളവ് ലഭിക്കുമെന്നാണ് വിശ്വാസം. എന്നാൽ അയിത്തം പാലി

ക്കാൻ മേൽജാതിക്കാർ ശ്രദ്ധിക്കും. ദൂരെ മാറി പ്രത്യേക കണ്ടം ഇവർക്ക് നൽകും. ഒഴിച്ചുകൂടാത്ത അവസ്ഥയിൽ അടുത്ത് നിന്നാൽ തീണ്ടലായി. ഈ സമയം മേൽജാതിക്കാർ ഉമിനീർപോലും ഇറക്കാൻ പാടില്ല. വീട്ടിൽ പോയി ശുദ്ധിവരുത്തിയെ ഭക്ഷണം കഴിക്കാവൂ.

വരിവരിയായി നിന്നാണ് നാട്ടിനടുക. ഈണത്തിൽ നാട്ടിപ്പാട്ട് പാടി ആസ്വദിക്കും. ഒരാൾ പാടുകയും മറ്റുള്ളവർ രണ്ടാം വരി ഏറ്റുപാടുകയും ചെയ്യും. വടക്കൻപാട്ടിലെ വരികളാണ് നാട്ടിപാട്ടിന് കൂടുതലായും ഉപയോഗിക്കുക.

പഞ്ചായത്ത് ആലയും, കയറ്റുകാരനും

ഇന്നത്തെപ്പോലെ കന്നുകാലികളെ കെട്ടിയിട്ട് വളർത്തുന്ന പതിവ് പണ്ടുണ്ടായിരുന്നില്ല. അതിനാൽ വയൽ പ്രവേശനകവാടത്തിൽ വേലി കെട്ടുക പതിവാണ്. ഗ്രാമ പഞ്ചായത്തുകൾ നിലവിൽ വന്നശേഷം കന്നുകാലികളെ പിടിച്ചുകെട്ടി. പ്രത്യേകം തയ്യാറാക്കിയ പഞ്ചായത്താലയിൽ കെട്ടും. ഇങ്ങനെ പിടിച്ചുകൊണ്ടുവരാൻ. "കയറ്റുകാരൻ"(കയറുകൊണ്ട് പിടിച്ചുകെട്ടുന്ന ജോലിചെയ്യുന്ന ആൾ) എന്നപേരിൽ പ്രത്യേകം ഒരാളെ നിയമിച്ചു. ഉടമയിൽ നിന്നും പിഴ ഈടാക്കിയശേഷം കന്നുകാലികളെ തിരിച്ചുകൊടുക്കും. പിന്നീട്, ഇത്തരം കന്നുകാലികൾക്ക് ഭക്ഷണവും പരിചരണവും നൽകുക വലിയ ബാധ്യതയായതിനാൽ ശ്രമം ഉപേക്ഷിച്ചു.

വിത്തുകൾ

കേരളീയ കൃഷിയെക്കുറിച്ചു പറയുന്ന ഏറെ പഴയ ഒരു കൃഷിയാണ് "കൃഷിഗീത". ഇതിൽ 87 തരം വിത്തിനെ പരാമർശിക്കുന്നു. ചിലവ കുറിക്കുന്നു.

ചെന്നെല്ല്	പയ്യനാടൻ	കരികാളി
കരിഞ്ചെന്നെല്ല്	കരിമ്പാല	അരിക്കുറുമ
കുട്ടിവിത്ത്	ആരിലൻ	ആരിലങ്കാളി
കുറിഞ്ഞി	കാളി	തനിക്കാളി
കോഴിവാലൻ	വട്ടൻ	ചേരനാളി
വെള്ളക്കോഴിവാലൻ	മോടൻ	ആനക്കൊമ്പൻ
കഴമ	ചെറുമോടൻ	തുളുനാടൻ
പറമ്പൻ കഴമ	മലയുടുമ്പൻ	പൊന്നാരിലൻ
മുണ്ടകൻ	കുമ്പളവൻ	തവളക്കണ്ണൻ
അതിക്കരായി	വെള്ളത്താലൻ	ചെറ്റാരിലൻ

കാടക്കഴുത്തൻ	ചെമ്പാവ്	കൊളവാഴ
ചെറുപാണ്ടി	പുഴുക്കുചെമ്പാവ്	മുളകുചെമ്പാവ്
ഉഴുതുവിരട്ടി	പൊക്കാളി	ചെങ്കയമ
പൂങ്കാര	ചെറുപൊക്കാളി	തെക്കൻചീര
മട്ടക്കാരു	സ്വർണാലി	വെളുത്തരികയമ
പൂമ്പോള	ജീരകചെമ്പാവ്	കവുങ്ങിൻപൂത്താല
ചെമ്പളം	കൽകുമ്മായൻ	കരമയില
എളക്കാരു	വശനം	കൊടിയൻ
വെള്ളക്കുട്ടാടൻ	കാര	കരിവേനൻ

തുടങ്ങിയ കുറെ ഇനങ്ങൾ പ്രചാരത്തിൽ ഉണ്ടായിരുന്നു.

നാടൻ നെല്ലിനങ്ങൾക്ക് രോഗ-കീട പ്രതിരോധശേഷി കൂടുതലാണ്. ഉദാഹരണം പറമ്പുവട്ടൽ ഇനം കായീച്ചയേയും, മൂടുചീയൽ രോഗത്തെയും, ചിറ്റേനി ഇനം ഓല കരിയിലിനേയും, എരവപ്പാണ്ടി, തെക്കൻ എന്നിവ തണ്ടു തുരപ്പനേയും അരിക്കരായി, വടക്കൻ ചിറ്റേനി, തെക്കൻ ചിറ്റേനി എന്നിവ മുഞ്ഞ എന്ന കീടത്തെയും ചെറുക്കും.

കൊയ്ത്തിന്റെ കൊതി

കന്നിക്കൊയ്ത്തായാലും മകരക്കൊയ്ത്തായാലും അന്ന് കൊയ്ത്ത് ആളുകൾക്ക് ഒരു ഉത്സവമായിരുന്നു. കൊയ്യുന്നതറിഞ്ഞാൽ സ്ത്രീകൾ കത്തിയും കറ്റക്കയറുമായി വയൽ വരമ്പത്ത് എത്തും. ഉടമ സമ്മതിച്ചാലെ കണ്ടത്തിലിറങ്ങൂ. നാട്ടിപ്പണിയെടുത്തവരുണ്ടെങ്കിൽ അവർക്കാണ് മുൻഗണന. മറ്റുള്ളവരെ ഇറക്കാൻ നാട്ടിയെടുത്തവരുടെ സമ്മതവും ചിലയിടങ്ങളിൽ വേണ്ടിവരാറുണ്ട്. കൊയ്യാൻ ആളുകൾ അധികമാകുമ്പോൾ ആവശ്യക്കാരെ നിർത്തി ബാക്കിയുള്ളവരെ പറഞ്ഞയക്കും. നിരാശ കലർന്ന മുഖവുമായിട്ടാവും പലരും തിരിച്ചുപോവുക. കൊയ്ത്തിനു കൂലി നെല്ലായിട്ടും, നെൽക്കറ്റയായിട്ടും നൽകും. തെക്കൻ കേരളത്തിൽ കൊയ്ത്ത് മെതിച്ച് വൃത്തിയാക്കിയ നെല്ലിൽ നിന്നും എട്ടിൽ ഒരുഭാഗം പതം നൽകി വന്നു. വലിയ സമരത്തിന്റെ ഫലമായിട്ടാണ് എട്ടിൽ ഒരു ഭാഗം നിശ്ചയിച്ചത്. വടക്കെ മലബാറിൽ കൊയ്ത്ത് മെതിച്ചശേഷം നെല്ലിനും, മെതിക്കാതെ തന്നെ കൊയ്ത്ത് കെട്ടിയ കറ്റയുടെ എണ്ണം കണക്കാക്കി നെൽകറ്റ കൂലിയായി നൽകുന്ന രീതിയുമുണ്ട്. "പതക്കറ്റ" തൊഴിലാളിതന്നെ പ്രത്യേക വണ്ണത്തിൽ കെട്ടി ഉണ്ടാക്കും. "പന്ത്രണ്ട് പൂട്ടിന് ഒരു "പതക്കറ്റ" എന്നാണ് അന്നത്തെ കണക്ക്. കളത്തിൽ വെച്ച്

കറ്റ എണ്ണിയശേഷം പതക്കറ്റ വണ്ണക്കൂടുതലുണ്ടെന്നു തോന്നിയാൽ ഉടമ അതിൽനിന്നും കതിരുകൾ വലിച്ച് മാറ്റി വണ്ണം കുറക്കും.

മുണ്ടകൻ കൃഷി

കന്നിയിൽ തുടങ്ങി ധനു മകരത്തിൽ കൊയ്യുന്നതാണ് മുണ്ടകൻ കൃഷി. (സപ്തംബർ, ഡിസംബർ, ജനുവരി വരെ) ചേറിൽ വിത്തു പാകി ഞാറ് മുളപ്പിച്ച് പറിച്ചുനടുകയാണ് രീതി. കൃഷി രീതിയെല്ലാം വിരിപ്പു കൃഷിക്കെന്നതുപോലെ തന്നെ. എന്നാൽ വരമ്പ് വെച്ച് കണ്ടം നന്നായി വൃത്തിയാക്കുക ഈ സമയത്താണ്. ഒന്നാം വിളയെക്കാൾ കൂടുതൽ കൃഷിയിട വിസ്തൃതി മുണ്ടകൻ വിളക്കായിരിക്കും. മുമ്പ് കാലങ്ങളിൽ രാസവളം ഇല്ലാത്തതിനാൽ ധാരാളം പച്ചില തൂപ്പും പച്ചച്ചാണകവും ചേർക്കും. പച്ചത്തൂപ്പ്കെട്ടി കൊണ്ടുവന്നു വലയിൽ ഇട്ടശേഷം ഒരാളുടെ അരയോളം പൊക്കമുള്ള മരക്കുറ്റി ചളിയിൽ താഴ്ത്തിനിർത്തി അതിൽ വെച്ചാണ് (തോല് തറിക്കുക) പച്ചിലത്തൂപ്പ് ചെറുതായി മുറിച്ച് ഒരിടത്ത് കൂട്ടിവെക്കും. നിലം ഉഴുകുന്നതിന്നു മുമ്പെതന്നെ തോല് വാരിവിതറി ഉഴുകും. നടീൽ ആവുമ്പോഴേക്കും നന്നായി അഴുകിച്ചേരും.

രോഗകീടങ്ങൾ പൊതുവെ ഈ വിളയ്ക്കാണ് ഉണ്ടാകാറുള്ളത്. ജൈവ നിയന്ത്രണനടപടികളാണ് അന്ന് സ്വീകരിച്ചുവന്നത്. പുഴുശല്യം തടയാൻ ഈന്ത് പനയുടെ ഇല (ഇന്തോല) രണ്ട് മൂന്നടി നീളത്തിൽ മുറിച്ച് കണ്ടത്തിൽ അങ്ങിങ്ങായി കുത്തികൊടുക്കും. രൂക്ഷതരമായ പുഴുശല്യമുണ്ടെങ്കിൽ ചേറ് മരത്തിന്റെ ഇലയോടെയുള്ള കമ്പ് അങ്ങിങ്ങായി കുത്തിക്കൊടുക്കും. നിശാ കീടങ്ങളെ അകറ്റാൻ വരമ്പിൽ ഓലച്ചൂട്ട് കത്തിച്ച് നിർത്തുന്ന രീതിയും ഉണ്ടായിരുന്നു.

കൂമൻ തണ്ട്

നെല്ല് നശിപ്പിക്കുന്ന കീടങ്ങളെയും, എലിയെയും കൊത്തിതിന്നുന്ന കൂമൻ പക്ഷിയെ കൃഷിയിടത്തിലേക്കാകർഷിക്കാൻ കുരിശാകൃതിയിൽ തണ്ട് കെട്ടി വരമ്പിൽ അങ്ങിങ്ങായി കുത്തിക്കൊടുക്കും. ഇരതേടി കൂമൻ ഉൾപ്പെടെയുള്ള ഇര പിടിയന്മാർ കമ്പിൽ വന്നിരുന്നു. ഇത്തരം ജീവികളെ കൊത്തിതിന്നും.

എല്ലാ ദിവസവും വെളുപ്പിന്ന് വയൽ വരമ്പിലൂടെ നടന്ന് ശലഭമുട്ടകളും മറ്റും പിഴുത് നശിപ്പിക്കുന്ന രീതിയും സാധാരണമായിരുന്നു.

പുഞ്ചകൃഷി

ഡിസമ്പറിൽ ആരംഭിച്ച് മാർച്ചിൽ കൊയ്യുന്ന വിളയാണ് പുഞ്ച

അഥവാ മൂന്നാംവിള. നല്ലരീതിയിൽ വെള്ളം കിട്ടാൻ സാധ്യതയുള്ള ഇട ങ്ങളിലാണ് പുഞ്ചകൃഷി ചെയ്യുക. വിത്ത് മുളപ്പിച്ച് ചേറിൽ വിതച്ച് കൃഷി ചെയ്യുകയാണ് സാധാരണ നടപടി. ഹ്രസ്വകാല മൂപ്പുള്ള ഇനങ്ങളും വരൾച്ചയെ ചെറുക്കാൻ കഴിവുള്ള ഇനങ്ങളുമാണ് കൃഷി ചെയ്യുക. ഇന്ന് കാലം മാറുന്നു. കൃഷിയും ആചാരങ്ങളും മാറിവരുന്നു.

●

www.ingramcontent.com/pod-product-compliance
Lightning Source LLC
LaVergne TN
LVHW040828051026
849519LV00007BA/2789